AF518591

INSIGHT PUBLICA®

®
INSIGHT PUBLICA

Nadakkavu, Kozhikode, Kerala
Tel:0495–4020666
www.insightpublica.com
e-mail: insightpublica@gmail.com
**Novukal Ninavukal**
(Travelogue Malayalam)
*Shaji Thodiyil*
First Edition:January 2021

ISBN 978-93-90535-67-5
Printed and Published by
Insightinpublica Printers & Publishers Pvt. Ltd.

# നോവുകൾ നിനവുകൾ @14-16

ഒരു മാലിദ്വീപ്
ക്വാറന്റൈൻ ഓർമ്മകൾ

ഷാജി തൊടിയിൽ

INSIGHT PUBLICA ®

# കഥയും കഥാകാരനും

കോഴിക്കോട് നഗരത്തിന്റെ പടിഞ്ഞാറൻ അതിർവരമ്പിൽ വെള്ളയിൽ പ്രദേശത്തിന് വടക്കായി നിലകൊള്ളുന്ന കളത്തുംകുന്ന് അംശത്തിലെ ചെറുദേശം തൊടിയിൽ, 52 ആണ്ടുകൾക്കപ്പുറം തൊടിയിൽ വേലായുധൻ മരയ്ക്കാന്റേയും കാർത്യായനി മരയ്ക്കാത്തിയുടേയും വംശവൃക്ഷത്തിലെ എട്ടാമത്തെ കണ്ണിയായി ഷാജി തൊടിയിലിന്റെ ജനനം 1968 ഡിസംബർ 5ന്.

സെന്റ് ജോസഫ്, ബേപ്പൂർ ഫിഷറീസ് ടെകനിക്കൽ സ്കൂളുകളിൽ പ്രാഥമിക വിദ്യാഭ്യാസം. ദേവഗിരി കോളേജിലെ പ്രീഡിഗ്രി പഠനത്തിനു ശേഷം തേവര സേക്രഡ് ഹാർട്ട് കോളേജിൽ സുവോളജിയിൽ ബിരുദം. ബിരുദാനന്തര ബിരുദവും, ബി എഡും ഫാറൂക്ക് കോളേജിൽ (1992). വിദ്യഭ്യാസാനന്തരം 1993 മുതൽ വിവിധ പ്രൈവറ്റ് ഇംഗ്ലീഷ് മീഡിയം സ്കൂളുകളിൽ അധ്യാപനം. ഇടയ്ക്ക് കുറച്ച് കാലം മെഡിക്കൽ എൻട്രൻസ് പരിശീലകന്റെ കുപ്പായം. സ്വകാര്യ വിദ്യഭ്യാസ സ്ഥാപനങ്ങളിലെ അധ്യാപനം സാമ്പത്തികമായി ഗുണം ചെയ്യാത്തതിനെ തുടർന്ന് മൂന്ന് കൊല്ലത്തോളം സ്വകാര്യ ചിട്ടിക്കമ്പനിയിൽ മാനേജരായി സേവനമനുഷ്ഠിച്ചു.

ചിട്ടിക്കമ്പനി പാപ്പരായതോടെ ജീവിതത്തിൽ വീണ്ടും പ്രതിസന്ധികൾ. 2002ൽ നല്ല പ്രതീക്ഷയോടെ ഒരു ചെറു ബസ്സുമായി റോഡിലിറങ്ങി. കഴുത്തറപ്പൻ മൽസരമുള്ള ആ മേഖലയിൽ പിടിച്ച് നിൽക്കാനാവാതെ രണ്ട് വർഷത്തിനകം സാമ്പത്തികമായി വഴിയാധാരമായി, വണ്ടി റോഡരികിലുമായി. 2005 ൽ വീണ്ടും ചെന്നൈ വില്ലിവാക്കം ഔർ ലേഡി വേളാങ്കണ്ണി ഇംഗ്ലീഷ് സ്കൂളിൽ അധ്യാപനായിരിക്കേ 2006 മെയ് 13 ന് മാലിദ്വീപിൽ ടീച്ചറായി നിയമനം. കഴിഞ്ഞ 15 കൊല്ലമായി മാലിദ്വീപിൽ അധ്യാപകനായി തുടരുന്നു.

വിവാഹം 2001 ഫെബ്രുവരി 25 ന് ഗുരുവായൂരിൽ, ഭാര്യ രാജലക്ഷ്മി കൊരാമ്പിൽ, മക്കൾ പാർവതി, ഭാഗ്യലക്ഷ്മി.

എഴുത്തിന്റെ നിമിത്തം; 2015 ലെ ഫിഷറീസ് ടെക്നിക്കൽ സ്കൂളിലെ പൂർവ്വ വിദ്യാർത്ഥി സൗഹൃദകൂട്ടത്തിന്റെ ആദ്യ സമാഗമം. ഒരു നിമിത്തം പോലെ കോളേജ് കാലത്ത് 1992 ൽ എഴുതിയ കഥയും കഥാപാത്രങ്ങളും അവിടെ ചർച്ച ചെയ്യപ്പെടുന്നു. കൂട്ടുകാരുടെ പ്രോൽസാഹനവും നിർബന്ധവും വീണ്ടും എഴുത്തിന് പ്രേരണയായി. ആ എഴുത്ത് ഇപ്പോൾ ജീവിതത്തിൽ ഒരു പുതിയ അർത്ഥതലം കൂടി സൃഷ്ടിച്ചിരിക്കുന്നു.

കോവിഡ് കാലത്ത് ന്യൂമോണിയ ബാധിച്ച് മരണപ്പെട്ട മൂത്ത ജ്യേഷ്ഠ സഹോദരന്റെ സംസ്കാര ചടങ്ങുകളിൽ പങ്കെടുക്കാൻ മാലിദ്വീപിൽ നിന്ന് വന്ന് തിരിച്ച് പോകാനാവാതെ നാട്ടിൽ പെടുകയും പിന്നീട് തിരിച്ചുപോയി ദ്വീപിൽ ക്വാറന്റൈനിൽ കഴിഞ്ഞതുമായ ഓർമ്മകളുടേയും യാത്രയുടേയും അതുപോലെ മാലിദ്വീപിനെ കുറിച്ചുമുള്ള അതിശയോക്തി രഹിതമായ ഒരു ആവിഷ്കാരമാണ് നോവുകൾ നിനവുകൾ.

# അവതാരിക

## പി.ആർ. നാഥൻ

ചെറിയതെന്തും മനോഹരമാണ് എന്നൊരു ചൊല്ല് നിലവിലുണ്ട്. നോവുകൾ നിനവുകൾ എന്ന പുസ്തകം താരതമ്യേന ചെറുതാണ്. ഇതൊരു ആത്മാനുഭവമാണ്. ശ്രീ ഷാജി തൊടിയിൽ എഴുതിയ ഈ അനുഭവങ്ങൾ ഒരൊറ്റ ഇരുപ്പിൽ ഞാൻ വായിച്ചു തീർത്തു. അത് കൊണ്ട് തന്നെ ഇത് വായനാസുഖമുള്ള ഒരു കൃതിയാണ് എന്ന് സുവ്യക്തം. ഷാനു എന്ന കാഥാപാത്രത്തിലൂടെ ഷാജി അവതരിപ്പിക്കുന്ന 'നോവുകൾ നിനവുകൾ' സ്വഅനുഭവങ്ങൾ തന്നെയാണ്. പക്ഷേ നമുക്കെല്ലാം ഈ അനുഭവങ്ങൾ നമ്മുടെ സ്വന്തമാണെന്നുതന്നെ തോന്നും.

മാലിദ്വീപിൽ പോയിട്ടില്ലെങ്കിലും ആന്തമാൻ പോലുള്ള സ്ഥലങ്ങളിൽ യാത്ര ചെയ്ത് പരിചയമുള്ള എനിക്ക് ഇതിലെ വിഷയങ്ങൾ ഹൃദയസ്പർശിയായി തോന്നി.

കൃതി ആരംഭിക്കുന്നത് തന്നെ അവിചാരിതമായി രോഗാതുരനായ ജ്യേഷ്ഠന്റെ അകാല വിയോഗത്തെ കുറിച്ച് പറഞ്ഞ് കൊണ്ടാണ്. അത് ഒരു വേദനയായി തന്നെ നമുക്ക് അനുഭവപ്പെടുന്നു. ആ ദുഃഖം അന്യരിലേക്ക് പകർന്ന് കൊടുക്കാൻ ഷാജിക്ക് കഴിഞ്ഞിട്ടുണ്ട്. നിർമ്മലമായ മനസുള്ളവർക്ക് മാത്രമേ ഇത്തരമൊരു കൃതി എഴുതാൻ കഴിയുകയുള്ളൂ. നാട്ടിൽ വന്നാൽ ഷാജി മാങ്കാവിലുള്ള എന്റെ ഗൃഹത്തിൽ വരാറുണ്ട്. ഇത്തവണ അദ്ദേഹം വന്നത് 'നോവുകൾ നിനവുകൾ' എന്ന കൃതിയുമായാണ്. അനുഭവങ്ങളുടെ തീവ്രത വെച്ചു നോക്കിയാൽ ഇത് ഒരു വലിയ കൃതി തന്നെയാണ്.

ദ്വീപിൽ താമസിക്കുന്ന എല്ലാവർക്കും അവരുടേതായ പ്രശ്നങ്ങൾ ഉണ്ട്. കാലാവസ്ഥയ്ക്ക് മാറ്റം വന്നുകൊണ്ടിരിക്കുന്നു. കുടുംബജീവിതവും അതോടൊപ്പം നീങ്ങേണ്ടിവരുമല്ലോ. സ്വജീവിതത്തിൽ ഷാജിയെ ഏറെ സ്നേഹിച്ച വ്യക്തിയാണ് മൂത്ത ജ്യേഷ്ഠ സഹോദരൻ. അദ്ദേഹത്തിന്റെ അകാല വിയോഗം ഷാജിയിൽ വലിയ മുറിപ്പാടുണ്ടാക്കി. അതോടൊപ്പം ഇതാ വരുന്നു കൊറോണ എന്ന മഹാമാരി.

കൊറോണ സ്പർശിക്കാതെ കടന്നു പോയ ഒരു ഭൂവിഭാഗവും ലോകത്തുണ്ടാവാൻ വഴിയില്ല. നാട്ടിലെ കൊറോണ ലോക്ക്ഡൗണിന് ശേഷം തിരിച്ച് മാലിദ്വീപിലെത്തി ക്വാറന്റൈനിൽ കഴിഞ്ഞ അനുഭവങ്ങൾ ഷാജി വിനയാന്വിതമായി വിവരിക്കുന്നു. അതിശയോക്തികളില്ലാത്ത ലളിതമായ ഭാഷ. ഒരു സുഹൃത്ത് നമ്മോട് നേരിട്ട് സംസാരിക്കുന്ന പോലെയാണ് ഇത് വായിക്കുമ്പോൾ തോന്നുക. 'ഒരു മാലിദ്വീപ് ക്വാറന്റൈൻ ഓർമ്മകൾ' എന്ന പേരും ഈ കൃതിക്ക് ചേർന്നത് തന്നെയാണ്.

ഷാജി എഴുതിയ അനുഭവങ്ങൾ ഞാൻ ഈ അവതാരികയിൽ വിസ്തരിക്കുന്നില്ല. വിസ്തരിച്ചാൽ വായിക്കുമ്പോഴുള്ള രസം നഷ്ടപ്പെടും. വായനക്കാരുടെ മുന്നിൽ ഈ കൃതി വിനയപൂർവ്വം അവതരിപ്പിക്കുക എന്നത് മാത്രമാണ് അവതാരികാകാരന്റെ ഉത്തരവാദിത്വം. ഭംഗിയുള്ള നല്ല ഒരു ഭാഷ കൈവശമുണ്ട് ഷാജിക്ക് ഇനിയുമേറെ എഴുതാൻ കഴിയും. അദ്ദേഹത്തിന് എന്റെ ആശംസകൾ നേർന്ന് കൊണ്ട് ഇത് വായിക്കാനായി സുമനസുകളായ വായനക്കാരെ ക്ഷണിക്കുന്നു.

# നോവുകൾ നിനവുകൾ @14-0

മഴ ഒന്നടങ്ങിയ മട്ടാണ്. ന്യൂനമർദ്ദം അയഞ്ഞ് കാലവർഷം ഒന്നൊതുങ്ങിയിട്ടുണ്ട്. കാർപോർച്ചിലെ ഗ്ലാസ്സ് റൂഫിൽ ചാറ്റൽ മഴത്തുള്ളികൾ രചിച്ച അനിയതമായ പാറ്റേണുകൾക്കിടയിലൂടെ മാവിൻ ചില്ലയിലെ ഇലകളിളകിയാടുന്നത് കാണാം. മരങ്ങൾക്ക് മുകളിലൂടെ പറക്കുന്ന പരുന്തിന്റെ പ്രതിബിംബം പൂമുഖത്തെ മിനുസമുള്ള തറയോടുകളിൽ തെളിഞ്ഞു കണ്ടു. അടുക്കും ചിട്ടയുമില്ലാത്ത പലവിധ ചിന്തകൾക്കിടയിൽ മനസ്സ് സ്വയം മന്ത്രിച്ചു "എടോ മനുഷ്യാ ഇതിൽ നിന്റെ കൈയ്യൊപ്പുണ്ട്" വീടുപണിയുടെ എല്ലാഘട്ടങ്ങളിലും മേൽനോട്ടം വഹിച്ചത് വല്യേട്ടനായിരുന്നു.

അമ്പൊത്തൊന്നാണ്ടുകൾക്കിപ്പുറം മനസ്സിലെ ഇഷ്ടങ്ങൾക്കൊപ്പം ചേർത്തുവച്ചൊരു വീട് ആ ഇഷ്ടത്തിനൊപ്പം ചേർന്നിരുന്ന് ചിന്തകൾക്ക് ചിന്തേരിടുമ്പോൾ അകത്ത് നിന്നും ഒരു വിളി...

"അല്ല ഷാനുവേട്ടൻ നിങ്ങൾ കൊണ്ടു പോകാൻ വാങ്ങിയ പലവക സാധനങ്ങളും ഡ്രസ്സും ഈ കട്ടിലിൽ കൂട്ടിയിട്ടിരിക്കാണ്. ഇനി ബാഗ് ഒരുക്കുന്നത് എപ്പോഴാണ്? അവലോസ് പൊടിയും, കായ വറുത്തതും ഹലുവയുമൊക്കെ പാക്ക് ചെയ്യണ്ടേ?"

ഭാര്യയുടെ വെടിപൊട്ടിക്കും പോലുള്ള ഓർമ്മപ്പെടുത്തലിൽ ഞാൻ വീണ്ടുമൊന്നുഷാറായി. അരമണിക്കൂറിനകം ട്രോളി ബാഗ് ഒരു വിധം ഒരുക്കി. ഇനി പലഹാരങ്ങളും ചെരിപ്പും ഷൂവുമൊക്കെ എടുത്തുവച്ചാൽ മതി. ഇടയ്ക്ക് ജ്യേഷ്ഠൻമാരും ഏടത്തിയമ്മമാരും എന്റെ യാത്ര പ്രമാണിച്ച് വന്നും പോയുമിരുന്നു. ഇടയ്ക്കുള്ള നിശബ്ദ നിമിഷങ്ങളിൽ ഞാനെന്റെ മൂത്ത ജ്യേഷ്ഠനെ വല്ലാതെ മിസ്സ് ചെയ്തു.

നാട്ടിൽ നിന്ന് മാലിദ്വീപിലേക്ക് പുറപ്പെടുന്ന എല്ലാ അവധിയവസാനങ്ങളിലും ശശിയേട്ടൻ ഇടയ്ക്കിടയ്ക്ക് വന്ന് ഓർമ്മിപ്പിക്കും, എടാ ഷാന്ത ടിക്കറ്റെടുത്തുവെച്ചോ, പാസ്പോർട്ട് എടുത്ത് വച്ചോ? ആ തെര്യപ്പെടുത്തലുകളും, ജഢുതിയും, വെക്കപ്പെടുത്തലുകളും ഈ പോക്കിനില്ല.

വല്യേട്ടൻ ഓർമ്മയായിട്ട് ആറുമാസം തികയാനിനി അധിക ദിവസങ്ങളില്ല. കാലൻ വന്ന് പിടിച്ച് കൊണ്ടുപോയ പോലത്തെ അവസ്ഥ. നന്നായി ഓടിച്ചാടി നടന്ന ആൾ ഒരു ചുമയും പനിയും മൂർഛിച്ച് മരുന്ന് ഫലിക്കാതെ ന്യൂമോണിയ വന്ന് ഞങ്ങളേയും ഡോക്ടർമാരേയും നിസ്സഹായരാക്കി കാലത്തിന്റെ അനന്തതയിലേക്ക് പെട്ടെന്ന് നടന്നു മറഞ്ഞു, ഇപ്പോഴും ആ യാഥാർത്ഥ്യവുമായി മനസ്സ് മുഴുവനായി പൊരുത്തപെട്ടിട്ടില്ല.

ഏറ്റവും സങ്കടം വലുതും ചെറുതുമായി മൂന്ന് ബ്ലോക്ക് ഉണ്ടെന്ന് കണ്ടിട്ടും, ആൻജിയോപ്ലാസ്റ്റി നിർദേശിച്ചിട്ടും വഴങ്ങാത്ത ആളാണ്.

“ഏട്ടാ പൈസ നമുക്ക് എങ്ങിനേയും സംഘടിപ്പിക്കാം ആൻജിയോപ്ലാസ്റ്റി ചെയ്യാലോ”

“എടാ ആൻജിയോപ്ലാസ്റ്റി ചെയ്ത പലർക്കും പിന്നേം ബ്ലോക്ക് വന്നിട്ടുണ്ട്. ഇത് മരുന്നില് നിർത്താൻ പറ്റുമെന്നാണ് ഡോക്ടർ പറഞ്ഞത്”

അങ്ങനെ പെങ്ങളുടെ മകൾ പറഞ്ഞറിഞ്ഞ കണ്ണൂരിലെ ഒരു വൈദ്യരുടെ അടുത്ത് നിന്ന് ആറ് മാസം മരുന്ന കുടിച്ച് കൂടെ അലോപ്പതിയും. അതിന് ശേഷം ചെറിയ തോതിൽ മരുന്നുമായി ഏറെ കാലം ഏട്ടൻ മുന്നേത്തേ പോലെ ജോലിക്ക് പോയി തുടങ്ങി. പക്ഷേ നവംബറിൽ തുടങ്ങിയ ചുമ പതിയെ ശ്വാസകോശത്തിലെ അണുബാധയായി. പിന്നെ പിന്നെ ചികിൽസ തുടർന്ന് കൊണ്ടിരിക്കേ കാണെ കാണെ കാലൻ എടുത്തോണ്ട് പോയി.

ഏട്ടന് സുഖമില്ല എന്നറിഞ്ഞതിൽ പിന്നെ മാർച്ച് 10ന് നാട്ടിലേക്ക് നിരന്തരം വിളിയാണ് വല്യേട്ടന്റെ രോഗശാന്തിയുടെ വിവരങ്ങൾ പ്രതീക്ഷിച്ച്. എടാ ശരൺ അച്ചന് എങ്ങനെയുണ്ടെടാ? അന്നുവരെ ‘സുഖമുണ്ട് പാപ്പാ...’ ‘ഇന്നു കഞ്ഞി കുടിച്ചു’ എന്നൊക്കെ പറഞ്ഞു കൊണ്ടിരുന്ന ശരൺ പറഞ്ഞു “പാപ്പാ അച്ചന്റെ നില വളരെ അപകടത്തിലാണ് ഇനിയെത്ര നാൾ എന്നറിയില്ല, ഒരു മരുന്നും ഏശുന്നില്ല. ഇടക്ക് കണ്ണുകൾ മേലോട്ട് മറിയുന്നുണ്ട് ശ്വസിക്കാൻ ഓക്സിജൻ മാസ്ക് പിടിപ്പിച്ചിട്ടുണ്ട്”

എന്റെ കൈകൾക്കൊരു വിറയൽ, നെറ്റിയിലുരുണ്ട് കൂടിയ വിയർപ്പ് ഇടത് കൈ കൊണ്ട് തുടച്ച് ഞാൻ സംസാരം തുടർന്നു. അശുഭ

സൂചനയുടെ ബേജാറിൽ ഹൃദയമിടിപ്പ് കൂടിയതും തൊണ്ട വരണ്ടതും പുറത്തറിയിക്കാതെ ഞാനവനോടു പറഞ്ഞു. “നീ പിടിവിടരുത് പാപ്പൻ ഉടനേ വരാൻ നോക്കുന്നുണ്ട്”.

യാത്രയ്ക്കുള്ള കാരണം സ്കൂൾ അധികൃതരെ ധരിപ്പിച്ച് ടിക്കറ്റിംഗ് ഏജൻസിയെ ബന്ധപ്പെട്ടു. ഒരിടത്തും തടസ്സമില്ലാതെ എല്ലാം വഴിക്ക് നടന്നു. മാർച്ച് 11നു ഉച്ചക്ക് ശേഷം മാലിദ്വീപിൽ ജോലി ചെയ്യുന്ന മരുമകൾ എന്നെ ഫോണിൽ വിളിച്ച് കരഞ്ഞു

“പാപ്പാ വല്യച്ചൻ പോയി പാപ്പാ”... ടിക്കറ്റുള്ളത് കൊണ്ട് അന്നത്തെ ഫ്ലൈറ്റിൽ തന്നെ നാട്ടിലേക്ക് തിരിച്ചു. മരണാനന്തരം എല്ലാ ചടങ്ങുകളും ചെയ്ത് മാർച്ച് 21ന് മടക്കയാത്രയുടെ ദിവസമാണ് പ്രധാനമന്ത്രി മോഡിജിയുടെ ലോക്ക് ഡൗൺ പ്രഖ്യാപനം വന്നത്.

കോളറക്കും പ്ലേഗിനും പിന്നാലെ മാനവ ചരിത്രത്തിന്റെ ഗതി തന്നെ മാറ്റിയെഴുതിയ കോവിഡ് 19 വ്യാപനം തടയാൻ ഭാരതം നിശ്ചലമായ 14 ദിവസം. അഞ്ചര മാസങ്ങൾക്കിപ്പുറം ഭാരതത്തിലും ലോകത്താകമാനവും ലക്ഷോപലക്ഷം ജീവനുകളെ തീണ്ടി കൊറോണ വൈറസ് പിന്നെയും കുതിക്കുന്നു, മനുഷ്യന്റെ അറിവിനേയും അഹങ്കാരത്തേയും വെല്ലുവിളിച്ച് കൊണ്ട്.

പ്രവാസ ലോകത്ത് നിന്നും ജീവഭയത്താലും ഉറ്റവരേയും ഉടയവരേയും കാണാനും ലക്ഷങ്ങൾ പ്രത്യേക വിമാനങ്ങളിൽ ജന്മനാട്ടിലേക്ക് ആർത്തിരമ്പിയെത്തി. വരുന്നവർക്കൊക്കെ ഒരേ ചിന്തയേ ഉള്ളൂ കഴിയുന്നത്ര സുരക്ഷിതമായിരിക്കുക. ഇനി അഥവാ മയ്യത്തായാലും അത് നാട്ടിലാകണം. അന്യനാട്ടുകളിൽ കിടന്ന് രോഗം വന്ന് ശവം പോലും കാണാൻ ആരോരുമില്ലാതെ മരണത്തിന് കീഴടങ്ങുക എന്നിട്ട് വെറുമൊരു നമ്പർ മാത്രമായി സർക്കാർ വക ഒരു കൂട്ട ഖബറടക്കം (കുഴി കുത്തി മൂടൽ) അല്ലെങ്കിൽ വൈദ്യുത ശ്മശാനത്തിലെ കൂട്ട ചുടൽ അത് അവർക്ക് എന്നല്ല ആർക്കും ചിന്തിക്കാൻ കൂടി കഴിയില്ല.

നാട്ടിലെത്തി രണ്ട് മാസം കഴിയുമ്പോഴേക്കും അവർക്കതും മനസ്സിലായി തുടങ്ങി, കടം വാങ്ങിയും പണ്ടം വെച്ചും ജീവിതം ഒരുപാട് നാൾ തള്ളാനാകില്ല. പ്രവാസിക്ക് പ്രവാസമല്ലാതെ വേറെ മാർഗമില്ല. കൊറോണയോടൊപ്പം ജീവിക്കുക എന്ന യാഥാർത്ഥ്യം മനസ്സിലാക്കിയ ആ ചെറിയ വലിയ മനുഷ്യർ വീണ്ടും ജീവനത്തിനായി പ്രത്യേക വിമാനങ്ങളിൽ പി പി ഇ കിറ്റെന്ന പുത്തനുടുപ്പിട്ട് മറുനാടുകളിലേക്ക് മടങ്ങി തുടങ്ങിയിരിക്കുന്നു.

# നോവുകൾ നിനവുകൾ @14-1

നീണ്ട അഞ്ചരമാസത്തെ കാത്തിരിപ്പിനൊടുവിൽ മാലിദ്വീപിലെ ജോലിക്കാർക്കായി പ്രത്യേക വിമാന സർവീസുകൾക്ക് ഗവൺമെന്റ് അനുമതിയായി. 2020 ആഗസ്റ്റ് 18നു പുറപ്പെടുന്ന വിമാനത്തിൽ എനിക്കും ഒരു സീറ്റ് തരപ്പെട്ടു. 18നു പുലർച്ചെ ചെക്ക് ഇൻ ആവണമെങ്കിൽ, ഒട്ടുമിക്ക ട്രെയിനുകളും ബസ്സും നിലച്ചിരിക്കുന്ന അവസ്ഥയിൽ സ്വന്തമായി വണ്ടി ഏർപ്പാടാക്കി പോകണം. ഗംഗേട്ടന്റെ മകൻ എന്നെ കൊണ്ടു വിടാമെന്നേറ്റിട്ടുണ്ട്. കാൻസലായ വിസക്ക് പകരം വർക്ക് അപ്രൂവൽ ഉണ്ട്, ടിക്കറ്റ്, പാസ്പോർട്ട്, റഫറൻസ് ലെറ്റർ എല്ലാം വല്യേട്ടൻ പറയാതെ തന്നെ റെഡിയാക്കി ഹാൻഡ് ബാഗിൽ വച്ചു. പത്ത് മണിക്ക് വണ്ടി വരുന്നത് വരെ മക്കളോടും ജ്യേഷ്ഠനോടും ഏടത്തിയമ്മയോടും (മരണപ്പെട്ട ജ്യേഷ്ഠന്റെ) വർത്തമാനം പറഞ്ഞിരുന്നു. ഇടക്ക് കൂടെ ജോലി ചെയ്യുന്ന യുവ അദ്ധ്യാപകൻ വാട്ട്സാപ്പിൽ വന്നു.

"സാറെ ഒരു ഉപകാരം ചെയ്യ്ത് തരണം എന്റേതടക്കം മൂന്ന് ടീച്ചർമാരുടെ വിസ കാർഡ് അവിടെ ഏജന്റിന്റെ അടുത്തുണ്ട്. അയാളുടെ നമ്പർ ഞാൻ അയയ്ക്കാം. അത് എങ്ങനെയെങ്കിലും കൊണ്ടുവരണം."

"ഓകെ ഡാ... വിജിത്ത് ഞാൻ ചെക്ക് ഔട്ട് ആയ ഉടൻ അയാളെ വിളിക്കാം."

"സാറെ നാട്ടിൽ പോകാൻ ടിക്കെറ്റെടുത്തിരിക്കയാണ് ഞാൻ, എന്റെ സ്ഥിതി സാറിനറിയാല്ലോ"

വിസയും പാസ്പോർട്ടും എങ്ങനെയെങ്കിലും കൊണ്ടുവരാമെന്ന് ഞാനവന് വാക്കു കൊടുത്തു.

ചിലപ്പോൾ മാലിദ്വീപിലിങ്ങനെയാണ് നമ്മൾ വിചാരിച്ച പോലെ

കാര്യങ്ങൾ നടക്കില്ല.

ഭൂമധ്യരേഖയ്ക്ക് വടക്കും തെക്കുമായി വ്യാപിച്ച് കിടക്കുന്ന ചെറുതും വലുതുമായ ദ്വീപുകൾ ചേർന്നൊരു കൊച്ചു ദ്വീപ് രാജ്യം. ഇരുന്നൂറോളം ദ്വീപുകളിൽ ആൾ താമസമുണ്ട്. ആൾ താമസമില്ലാത്ത ദ്വീപുകളെല്ലാം പരിസ്ഥിതി സൗഹൃദ റിസോർട്ടുകളാണ്. ഇപ്പോൾ ഈ കൊച്ചു രാജ്യം ഏഷ്യയിൽ ഏറ്റവും കൂടുതൽ വിനോദ സഞ്ചാരികൾ വന്നു പോകുന്ന വിനോദ യാത്രാസങ്കേതമാണ്. റിസോർട്ടുകളിലും ദ്വീപുകളിലുമായി ആയിരത്തിലേറെ ചെറുതും വലുതുമായ ലോഞ്ചുകൾ പിന്നെ കൊച്ചിയിലും ആലപ്പുഴയിലുമൊക്കെയുള്ള പോലെ ദ്വീപുകൾ തമ്മിൽ ബന്ധിപ്പിക്കുന്ന യാത്രാ ബോട്ടുകൾ എന്നിവയെല്ലാമുണ്ടെങ്കിലും ചില നേരങ്ങളിൽ നമ്മൾ ഗതികെട്ടു പോവും.

രാത്രി യാത്ര പൊതുവേ അഭിലഷണീയമല്ലെങ്കിലും വേറെ വഴിയില്ല കാരണം ലോക്ക് ഡൗണിലായതിനാൽ കോഴിക്കോട് നിന്ന് ഉച്ചക്ക് പുറപ്പെടുന്ന ജനശതാബ്ദി ഒഴികെ വേറെ ട്രെയിനൊന്നും തന്നെയില്ല. അപ്പോൾ പിന്നെ പുലർച്ചെ ചെക്കിംഗ് ഇൻ ആയി രാവിലെ ഫ്ലൈറ്റ് പുറപ്പെടാൻ വേണ്ടി ഈ മാർഗമല്ലാതെ വേറെ വഴിയില്ല. രാത്രി കൃത്യം പത്ത് മണിക്കെത്തിയ വണ്ടിയിൽ മരുമകനൊപ്പം (ജ്യേഷ്ഠപുത്രൻ) കാറിൽ നെടുമ്പാശേരിയിലേക്ക്. ഇടയ്ക്ക് ഒന്ന് മാറി ഡ്രൈവ് ചെയ്യാൻ മരുമകന്റെ സുഹൃത്ത് വരാമെന്നേറ്റിരുന്നുവെങ്കിലും എന്തോ അത്യാവശ്യം പറഞ്ഞ് അയാൾ ഒഴിവായി. യാത്ര പുറപ്പെടും മുൻപ് മനസ്സിലൊരു ആശങ്ക. ഒറ്റയടിക്ക് ഇത്ര ദൂരം ഒറ്റയ്ക്ക് ഡ്രൈവ് ചെയ്യുക എന്നത് അതും അർധരാത്രിയിൽ, ചില്ലറ കാര്യമല്ല. എനിക്കാണെങ്കിൽ ഫോർവീൽ ലൈസൻസ് ഉണ്ടെങ്കിലും ഡ്രൈവ് ചെയ്ത് ശീലമില്ല. യാത്ര തുടങ്ങി നഗര പരിധി വിട്ടപ്പോൾ തന്നെ ഒരു കാര്യം മനസ്സിലായി ശിബി അവനെ ഏല്പിച്ച കാര്യത്തിൽ ബദ്ധശ്രദ്ധനാണ്. സ്പീഡിലും ഹാൻഡ്‌ലിംഗും കിറുകൃത്യം, പുലർച്ചെ മൂന്ന് മണിയോടെ രാജ്യാന്തര യാത്രക്കാർക്കുള്ള ടെർമിനൽ 3 ൽ വണ്ടി നിന്നു. കാറിൽ നിന്നിറങ്ങി ലഗേജ് ഭാരം നോക്കി. അനുവദിച്ച അത്രയും തന്നെ എന്റെ ലഗ്ഗേജ് ഉള്ളൂ എന്ന് ഒന്നുകൂടി ഉറപ്പ് വരുത്തി. താഴെ പാർക്കിംഗിൽ പോയി വിശ്രമിച്ചിട്ട് രാവിലെ ആറ് മണിക്ക് തിരിച്ചാൽ മതി എന്ന് ശിബിയെ ശട്ടം കെട്ടി പതുക്കെ ട്രോളി ഉന്തിക്കൊണ്ട് അകത്തേക്ക് കയറി.

നാല് മണിക്ക് തുടങ്ങിയ ചെക്ക് - ഇൻ പരിപാടിക്ക് ശേഷം പുത്തൻ കിറ്റും മുഖാവരണവും അണിഞ്ഞ് ഒരു സെൽഫി പോസ്റ്റ് ചെയ്ത ശേഷം ബോർഡിംഗിനായി കാത്തിരിപ്പ്. മുൻ നിശ്ചയ പ്രകാരം 7.30നെടുത്ത ഫ്ലൈറ്റ് നെടുമ്പാശേരിയിൽ നിന്നും 'വിലാന' എയർപോർട്ടിൽ

കൃത്യ സമയത്ത് ലാൻഡ് ചെയ്തു. ഇമ്മിഗ്രേഷൻ ചെക്ക് കഴിഞ്ഞ് പുറത്തേക്കിറങ്ങിയപ്പോഴേക്കും 9.15. സുഹൃത്തുകൾ അയച്ച തന്നതും കൊടുത്തുവിട്ടതുമായ സാധനങ്ങൾ അതാതു കൈകളിൽ ഏല്പിച്ച് ശേഷം ഹനിമാതുവിലേക്കുള്ള ഫ്ലൈറ്റ് ചെക്കിംഗിനുവേണ്ടി 10 മണിക്ക് അവിടെ തന്നെയുള്ള ഡൊമസ്റ്റിക് ഫ്ലൈറ്റ് ചെക്ക് ഇൻ കൗണ്ടറിൽ ഹാജരായി. വെരിഫിക്കേഷൻ കഴിഞ്ഞ് ലഗ്ഗേജ് വിട്ട ശേഷം ഇനി പല്ല് തേച്ചില്ലെങ്കിലും എന്തെങ്കിലും കഴിക്കാമെന്നോർത്ത് പതുക്കെ വെളിയിലിറങ്ങിയതും പതിഞ്ഞ ശബ്ദത്തിൽ ഒരു അനൗൺസ്മെന്റ്.

"മിസ്റ്റർ ഷാജി റിപ്പോർട്ട് ടു കസ്റ്റംസ് കൗണ്ടർ" എന്നെ പിടിച്ച് വെക്കാൻ മാത്രം ബാഗേജിൽ ഒന്നുമില്ല എന്നറിയുന്നത് കൊണ്ട് അനൗൺസ്മെന്റ് കേട്ടപ്പോൾ ദേഷ്യമാണ് തോന്നിയത്.

"സർ പ്ലീസ് ഓപ്പൺ യുർ ബാഗ്" ജീൻസിന്റെ പോക്കറ്റിൽ നിന്നും താക്കോലെടുത്ത് സിപ്പ് തുറന്ന് ബാഗേജ് അവർക്ക് മുന്നിൽ പ്രദർശിപ്പിച്ചു. വെള്ള പ്ലാസ്റ്റിക്കിൽ കെട്ടിയ പൊടി എന്താണെന്ന് അവർക്കറിയണം "സർ റൈസ് പൗഡർ" അത് കൊണ്ട് തൃപ്തിയാകാതെ അയാൾ തൊട്ടടുത്ത ഓറഞ്ച് കലർന്ന പാക്കറ്റിലേക്ക് ചൂണ്ടി "സർ അവലോസ് പൗഡർ, റെഡിറ്റു ഈറ്റ് സ്റ്റഫ്" മൂന്നാമതായി അയാൾ കിറ്റ് കാറ്റിന്റെ വലിപ്പത്തിലുള്ള ചെറിയ ബോക്സ് ചൂണ്ടി "സർ ദാറ്റ്സ് സ്ലേറ്റ് പെൻസിൽ ഫോർ മൈ ഫ്രണ്ട്സ് സൺ."

പെൻസിൽ അല്ല ആ ബോക്സിലെ അറക്കപ്പൊടി എന്താണ് എന്നതാണ് ആ ഓഫീസറുടെ പ്രശ്നം. വിശദീകരണം കേട്ടപ്പോൾ ആശാന് തൃപ്തിയായി. എല്ലാം കഴിഞ്ഞ് ബോർഡിംഗ് ലൗഞ്ചിലെത്തിയപ്പോഴേക്കും പതിനൊന്ന്. അതിപുലർച്ചെ 1.30ന് എത്തി മണിക്കൂറുകൾ അവിടെ തങ്ങി 'ഗ്യാൻ' എയർപോർട്ടിലേക്ക് പോകേണ്ട രാമൻസാർ അവിടെ ഇരിക്കുന്നുണ്ടായിരുന്നു. എന്നെപ്പോലെ മരണാസന്നയായ അമ്മയെ കാണാൻ മാർച്ച് മാസത്തിലെത്തിയതാണ് കക്ഷി. അമ്മയെ കണ്ട് രണ്ട് നാളുകൾക്കുള്ളിൽ അവർ മരണമടഞ്ഞു. രാമൻ സർ നാട്ടിൽ പെട്ടുകയും ചെയ്തു.

എത്ര ആഗ്രഹിച്ചതാണ് വല്യേട്ടനെ ഒന്നു ജീവനോടെ കാണാൻ. പെട്ടെന്ന് മനസിന്റെ കോണിലെവിടെയോ മിന്നലുപോലെ ഒരു നോവ് പടർന്നു, കൺകോണിലെവിടെയോ ഒരു നനവിന്റെ സ്പർശം. മനസ്സ് സ്വയം ആശ്വസിപ്പിച്ചു, "ഷാനു ഉറ്റവരെ നഷ്ടപ്പെടുമ്പോൾ വിഷമം അത് ആർക്കായാലും ഉണ്ടാകും എന്നാലും ഏട്ടന് വേണ്ടി ചെയ്യാവുന്നതൊക്കെ ചെയ്തില്ലേ? ദൈവം നിങ്ങൾക്കതിന് സമയവും അവസരവും തന്നില്ലേ".

“കോവിഡ് കാലത്തിൽ വെറുമൊരു അക്കമായി പോകുമായിരുന്ന ചേട്ടന് വേണ്ടി കണിശതയോടെ ധൈര്യത്തോടെ എല്ലാ ചടങ്ങുകളും കൃത്യമായി ചെയ്തില്ലേ, അതിൽ പരം എന്ത് വേണ്ടു നിങ്ങൾക്ക്”

അഞ്ചുമിനിറ്റ് കുശലം പറഞ്ഞശേഷം എനിക്ക് മുന്നേ പുറപ്പെടുന്ന ഗ്യാനിലേക്കുള്ള വിമാനത്തിൽ കയറാൻ രാമൻസാർ ബോർഡിംഗ് കൗണ്ടർ കടന്ന് നിറുത്തിയിട്ടിരുന്ന ബസിലേക്ക് കയറി. അഞ്ച് പത്ത് മിനിറ്റിന് ശേഷം എന്റെ ബോർഡിംഗ് ഇൻ കഴിഞ്ഞ് ഞാനും റൺവേയ്ക്ക ടുത്തുള്ള ഡൊമെസ്റ്റിക് ഫ്ലൈറ്റില്ലേക്ക് നടന്നുകയറി. പതിനൊന്നരക്ക് ടേക്ക് ഓഫ് ചെയ്ത വിമാനം ഉച്ചക്ക് പന്ത്രണ്ടര ‘ഹനിമാതു’ എയർപോർട്ടിൽ ലാൻഡിംഗിനായ് താഴ്ന്ന പറന്നു. വർത്തുളാകൃതിയിൽ മുത്ത് മാല കോർത്ത പോലെ പച്ചപ്പ് നിറഞ്ഞ പവിഴ ദ്വീപുകൾക്ക് അരഞ്ഞാണ മണിയിച്ച മാതിരി പവിഴപുറ്റ് ചുറ്റി കൊണ്ടു മരതക പച്ചയും ഇന്ദ്രനീലവും കലർന്ന ലഗൂണുകൾ ആദ്യകാഴ്ചയിൽ ആരുടേയും മനം മയക്കും.

ഫോൺ ചാർജ്ജ് അതിവേഗം തീർന്നുകൊണ്ടിരുന്നു. തലേ ദിവസം രാത്രി ഭക്ഷണം കഴിച്ചതാണ്, വിമാനത്തിൽ ഒരു കപ്പ് കേക്കും മൂന്ന് ഈത്തപഴവും 8-10 അണ്ടിപരിപ്പും ബദാമും ചേർന്ന ലഘുഭക്ഷണം താല്ക്കാലികാശ്വാസം പകർന്നെങ്കിലും മതിയായില്ല. രണ്ടാമതൊന്നു ചോദിക്കാൻ ദുരഭിമാനം അനുവദിച്ചതുമില്ല. ‘ഹനിമാതു’ എയർ പോർട്ട് കഫേയിൽ നിന്ന് ഒരു പീസ് പിസ്സയും കട്ടനും കഴിച്ച ശേഷം വീണ്ടും പ്രിൻസിപ്പലിനെ വിളിച്ചു. “സർ ഐ ഹാവ് ലാൻഡഡ് ഇൻ ഹനിമാതു”

മറുതലയ്ക്കൽ നിന്നും മറുപടി വന്നു “ഓകെ യു ജസ്റ്റ് കാൾ മുഹമ്മദ് സാർ. ഹീ ഈസ് ദേർ വിത്ത് ലോഞ്ച് ടു പിക്ക് യു”

ഫോൺ നിശ്ചലമാകുന്നതിന് മുൻപ് ഞാൻ മുഹമ്മദ് സാറിനെ വിളിച്ചു. “സാർ ഐ ആം ഓൺ ദ ജെട്ടി.”

“ഷാൻ സർ വെയ്റ്റ് ദേർ... ഇൻ ടൂ മിനിട്ട്സ് ഐ വിൽ കാച്ച് യു”

ഉടൻ ജെട്ടിക്കടുത്തുള്ള ATM ൽ നിന്ന് ലോഞ്ചിനുള്ള പണവുമെടുത്ത് വീണ്ടും ജെട്ടിയിലെത്തി, ഇതിനകം ഫോൺ പണിമുടക്കിയിരുന്നു. സ്പീഡ് ലോഞ്ചുമായി വന്ന മുഹമ്മദ് സാർ എന്നെ അഭിവാദ്യം ചെയ്ത ശേഷം എന്നെ ലോഞ്ചിലേക്ക് കയറ്റി എന്റെ ദ്വീപായ മാറന്തുവിലേക്ക് ചീറിപ്പാഞ്ഞു.

സമയം ഉച്ച 1.45 ന് ഞാൻ നീണ്ട അഞ്ചര മാസത്തിന് ശേഷം വീണ്ടും മാറന്തു ജെട്ടിയിൽ കാലൂന്നി, ഒട്ടേറെ അനിശ്ചിതത്വങ്ങൾക്കൊടുവിൽ ജീവനത്തിന്റെ താളം തിരിച്ചുപിടിച്ച ആശ്വാസമായിരുന്നു മനസ്സിൽ.

എന്റെ വരവും പ്രതീക്ഷിച്ച് പ്രിൻസിപ്പലും, ദ്വീപ് കൗൺസിലിലെ അധികാരികളും പിന്നെ രണ്ട് ആരോഗ്യ പ്രവർത്തകരും നില്പുണ്ടായിരുന്നു.

പ്രിൻസിപ്പലിനെ അഭിവാദ്യം ചെയ്ത് അടുത്തുള്ള തെങ്ങിനെ ചുറ്റമുള്ള ഇരിപ്പിടത്തിൽ ബാഗ് വെച്ച ഞാൻ അടുത്ത നിർദേശത്തിനായി ചോദ്യരൂപേണ നോക്കി.

അടുത്തുനിന്ന ആരോഗ്യ പ്രവർത്തകൻ ചോദിച്ചു. "ഹാവ് യു രജിസ്റ്റേർഡ് ഇൻ ഔർ 'ഹാലുബേലുൻ' പോർട്ടൽ എബൗട്ട് യുർ ഹെൽത്ത് ആന്റ് ഹോം ക്വാറന്റൈൻ ഫസിലിറ്റി."

"യെസ് സർ ഐഗോട്ട് വൺ ഒടിപി റ്റൂ"

"ബട്ട് വീ ഹാവ് നോ മെസ്സേജ് എബൗട്ട് യുർ ക്വാറന്റൈൻ, കാൻ യു പ്ലീസ് ഡു ഇറ്റ് എഗേൻ"

"ഐ ആം സോറി സർ, മൈ ഫോൺ ഈസ് ഡെഡ്"

സാങ്കേതികത്വത്തിന്റെ പ്രശ്നമുണ്ടായെങ്കിലും ഫോൺ ഓൺ ആയ ഉടനേ രജിസ്ട്രേഷൻ പൂർത്തിയാക്കാൻ എന്നോട് നിർദ്ദേശിച്ച ശേഷം അവർ എനിക്ക് വേണ്ടി മാറ്റിവച്ച ക്വാറന്റൈൻ വീട്ടിലേക്ക് എന്നെ അനുഗമിച്ചു.

താക്കോൽ ദ്വാരത്തിലുള്ള താക്കോൽ തിരിച്ച് ഞാൻ അകത്ത് പ്രവേശിച്ച ഉടൻ എന്നെ അനുഗമിച്ചവർ അപ്രത്യക്ഷരായി. നന്നായി വിശക്കുന്നുണ്ടായിരുന്നു. ഉടൻ തന്നെ എനിക്കനുവദിച്ച ബെഡ് റൂമിൽ വന്നിരുന്നു. കുറച്ച് നാളായി ഉപയോഗിക്കാതിരുന്ന റൂമിലെ കുമ്മിയ വായുവിന്റെ മണം മനം പുരട്ടലുണ്ടാക്കി. അഞ്ച് മിനിട്ടിനകം എന്നെ സഹായിക്കാൻ ഞാൻ നിർദേശിച്ച വിജിത്ത് സാറിന്റെ കാൾ വന്നു. "ഷാനു സാർ എന്താണ് വേണ്ടത്?"

ചാർജിലിട്ടിരിക്കുന്ന ഫോണിലൂടെ ഞാൻ പറഞ്ഞു "ഞാൻ താമസിച്ചിരുന്ന വീട്ടിലെ എന്റെ കിച്ചൺ ഐറ്റംസ് എടുക്കണം"

അഞ്ച് പത്ത് മിനുട്ടിൽ ഒരു പിക്ക് അപ്പ് ഓട്ടോയിൽ സാധനങ്ങൾ എന്നരികിലെത്തി. ജസ്വിനും വിജിത്തിനും അവർക്കുള്ള സാധനങ്ങൾ ഏല്പിച്ചു. കൂടുതലായി ഒന്നും സംസാരിക്കാതെ ഉടൻ തന്നെ അവർ പിരിഞ്ഞു. കാർഡ് ബോർഡ് കാർട്ടനുകളിലേറി വന്ന എന്റെ ജംഗമ വസ്തുക്കൾ ഒഴിഞ്ഞ ലിവിംഗ് റൂമിൽ ചുമന്നെത്തിച്ചപ്പോഴേക്കും വിശപ്പ് അതിന്റെ മൂർദ്ധന്യത്തിലെത്തി നില്ക്കുന്നു. ബാഗ് തുറന്ന് ടവ്വൽ എടുത്ത്

ഒന്നും നോക്കാതെ ഒരു കുളി കുളിച്ച ശേഷം പല്ല് തേച്ചു. പ്ലേറ്റ് കഴുകി നാട്ടിൽ നിന്ന് കൊണ്ടു വന്ന അവലോസ് പൊടി കുറച്ചെടുത്ത് ഭക്ഷിച്ചു. അല്പ സമയത്തിന് ശേഷം ബിനോയ് വിളിച്ചു. "സാർ ഭക്ഷണമൊന്നും വച്ചില്ലല്ലോ"

"ഇവിടെ ചോറും മീനും ചമ്മന്തിയുമുണ്ട്, വാഴയില വാട്ടി അതിൽ കൊടുത്തയയ്ക്കാം"

ബിനോയ് കൊടുത്തുവിട്ട ചോറു പൊതിഞ്ഞ് കൊണ്ട് തന്നിട്ട് വിജിത്ത് പെട്ടെന്ന് വീണ്ടും അപ്രത്യക്ഷനായി. വഴിയിൽ കണ്ട ചിലരെ ഞാൻ സൗഹാർദ്ദ ഭാവത്തിൽ നോക്കിയെങ്കിലും ആരും എന്നെ കണ്ട ഭാവം നടിക്കാതെ കടന്നുപോയി. അവരിൽ ചിലരുടെ മുഖത്ത് ചെറു ഭീതിയുടെ നിഴൽപാടുകൾ കാണാം. എന്തായാലും ഊണിന്റെ പകുതി കഴിച്ച് പകുതി പൊതിയിൽ വെച്ച് കെട്ടി സ്വിച്ച് ഓഫായ പോലെ കട്ടിലിലേക്ക് വീണു. രാത്രി ഉറക്കമുണർന്ന് ഫോണെടുത്ത് വീട്ടിലേക്ക് വിളിച്ച് ദ്വീപിലെത്തിയ വിവരങ്ങൾ പറഞ്ഞ് ബാക്കി ഊണും കഴിച്ച് വീണ്ടും ഉറക്കത്തിലേക്ക്.

# നോവുകൾ നിനവുകൾ @14-2

പ്രത്യേകിച്ച് ഒന്നും ചെയ്യാനില്ലെങ്കിലും ആറുമണിക്ക് തന്നെ ഉറക്കമുണർന്നു കുറച്ച് നേരം അട്ടം നോക്കി എന്തോ ചിന്തിച്ച് കിടന്നു. ആറു മാസത്തിന് ശേഷം വീണ്ടും സ്വന്തം അലക്ക്, സ്വന്തം പാചകം, സ്വന്തം തീറ്റ ഓ... എല്ലാം സ്വന്തമായി ചെയ്യുമ്പോഴുള്ള ഒരു വിരസതയുണ്ടല്ലോ... ഓർക്കുമ്പോൾ സ്വയം പിരാകും. ആദ്യം താമസിച്ചിരുന്ന വീട്ടിൽ ഉടമസ്ഥന്റെ ബന്ധത്തിൽ പെട്ട ആരോ ഇതിനകം താമസം തുടങ്ങിയിട്ടുണ്ട്. ഇനി ക്വാറന്റൈൻ കഴിഞ്ഞാലും അങ്ങോട്ട് പോക്ക് നടക്കില്ല. ചിലപ്പോൾ ഇവിടെ തന്നെ കഴിയേണ്ടിവരും കാരണം കൊറോണപ്പേടികൊണ്ട് മാലെ സിറ്റിയിൽ നിന്നും ദ്വീപിലുള്ളവർ അവരവരുടെ ദ്വീപുകളിലേക്ക് ചേക്കേറി തുടങ്ങിയിട്ടുണ്ട്. അത് കൊണ്ട് പെട്ടെന്ന് പറ്റിയ ഒരു വീട് കിട്ടാൻ പ്രയാസമാണ്.

വീടിന്റെ ഒഴിഞ്ഞ നടുവകത്ത് ചിന്നിചിതറി കിടക്കുന്ന എട്ട് പത്ത് കാർഡ് ബോർഡുകളിലായി പുസ്തകങ്ങൾ, അടുക്കള സാധനങ്ങൾ, ഡബ്ബകൾ, പൊടികൾ പിന്നെ കുറേ ആക്രികൾ. എവിടെ നിന്ന് തുടങ്ങണമെന്ന് ഒരു പിടിയുമില്ല. തല്ക്കാലം പാചകം തുടങ്ങാനുള്ള പൊടി ഡബ്ബകളും മറ്റും തിരഞ്ഞ് പിടിച്ച് ഒരുക്കാൻ തുടങ്ങി. ബ്രേക് ഫാസ്റ്റ് മെനു കട്ടൻ പ്ലസ് റസ്ക്, കട്ടൻ പ്ലസ് അവലോസ് പൊടി എന്ന് പരിമിതപ്പെടുത്തി വേഗം ചോറിന് വെള്ളമിട്ടു,

സീലിംഗ് ഫാനിന്റെ ബ്ലേഡുകൾ വായുവിനെ വട്ടത്തിൽ നിരന്തരം അരിയുന്ന വ്വും... വ്വും... ശബ്ദത്തിനു പുറമേ ഇളകിയാടുന്ന കർട്ടനുകൾക്കിടയിലൂടെ ജനാലയ്ക്കപ്പുറം മൺപാതയിലൂടെ സൈക്കിൾ ചവിട്ടി പോകുന്ന പിള്ളേരുടെ സൈക്കിൾ ചക്രം മുന്നോട്ടുരുളുന്നത് വ്യക്തമായി കാണാം. പെട്ടെന്നാണതോർത്തത് ലോഞ്ചിന്റെ വാടക കൊടുക്കണം.

മുഹമ്മദ് സാറിനായി കരുതി എടുത്ത് വച്ച പണം എങ്ങനെ കൊടുക്കും? ക്വാറന്റൈനിലിരിക്കുന്ന എന്നോട് ഇടപെടാൻ പലർക്കും വൈമുഖ്യമുണ്ടെന്നത് പ്രകടമായ സ്ഥിതിക്ക് വേറെ ആരെ കൊണ്ടെങ്കിലും കൊടുപ്പിക്കാൻ തീരുമാനിച്ചു. മൂന്ന് വീട് അപ്പുറത്ത് ജസ്വിൻ സാർ താമസമുണ്ട്.

"ഹലോ ജസ്വിൻ എന്താ പരിപാടി"

"ഒന്നുമില്ല സാർ ടി വി കണ്ടിരിക്കുന്നു"

"ജസ്വിൻ നീ ഒരു ഉപകാരം ചെയ്യണം ലോഞ്ചിനുള്ള കാശ് ഞാൻ ഒരു ഉപയോഗിക്കാത്ത കവറിൽ നിന്റെ കയ്യിൽ തരാം അത് നിന്റെ കയ്യിൽ നിന്ന് കൊടുക്കുന്നതായിട്ട് മുഹമ്മദ് സാറിന് കൊടുത്താൽ മതി."

"ഷാനു സാർ ഒന്നും തോന്നരുത്, ഇന്നലെ ഇബ്രേയുടെ പിക്കപ്പിലാണ് സാധനം കൊണ്ടുവന്നത്, വാടക കാശ് നിങ്ങളുടെ കയ്യിൽ നിന്ന് വാങ്ങിക്കരുത് എന്ന് ഇബ്രേ പറഞ്ഞു (സ്കൂളിലെ അഡ്മിൻ സ്റ്റാഫാണ് ഇബ്രേ എന്ന ഇബ്രാഹിം). മാത്രമല്ല ക്വാറന്റൈൻ കഴിയുന്നത് വരെ ഒരു സമ്പർക്കവും പാടില്ല എന്ന് കൂടി അവൻ പറഞ്ഞു"

"ജസ്വിൻ ഞാൻ യാത്ര ചെയ്തിട്ടുണ്ട് എന്നതല്ലാതെ എനിക്ക് കോവിഡില്ല ടേയ്"

"സാർ അത് ചൊല്ല മുടിയാത് പണം നിങ്ങൾ കയ്യിൽ വെച്ചിട് അല്ലെങ്കിൽ ഓൺലൈൻ ട്രാൻസ്ഫർ ചെയ്യ്. ഞാൻ പണം കൊടുത്താൽ ഒരു വേള മുഹമ്മദ് സാർ എന്നെ ചീത്ത പറയും"

ഫോൺ വെച്ച് കസേരയിൽ ഇരിക്കുമ്പോൾ എനിക്ക് ഒരു കാര്യം മനസ്സിലായി, നാട്ടുകാരും കൂട്ടുകാരും ചിന്തിക്കുന്നത് ഒരുപോലെ തന്നെ. ഇത് ജാഗ്രതയല്ല ഒരു തരം സമൂഹ ഭീതിയാണ്, ക്വാറന്റൈനിലുള്ള ഒരാൾ അയാൾ കോവിഡ് നെഗറ്റീവായാലും പോസിറ്റീവ് ആയാലും സമൂഹപ്രതികരണം ഇതു തന്നെ (ആരേയും കുറ്റപ്പെടുത്തിക്കൂട, അവസ്ഥ അതാണ്). ഞാൻ വെറുതേ ഓർത്തുപോയി, ഇന്നലെ ഞാൻ ജസ്വിനു കൊണ്ടു വന്ന ചില സാധനങ്ങൾ സ്വീകരിക്കുന്നതിന് അദ്ദേഹത്തിന് അപ്പോൾ പ്രത്യേകിച്ച് വൈമുഖ്യമേതുമുണ്ടായില്ല പക്ഷേ ഇപ്പഴോ?

കൂടുതൽ ചികഞ്ഞ് ചിന്തിക്കാതെ ഞാൻ അരി തിളപ്പിക്കാൻ കഞ്ഞി കലത്തിൽ വെള്ളമിട്ടു. പതിനൊന്നു മണിയോടെ ആരോഗ്യ പ്രവർത്തകയുടെ ഫോൺ കോൾ

"ഹലോ ഗുഡ് മോണിംഗ് സർ, ഹൗ ഈസ് യുർ ഹെൽത്ത്? എനി റണ്ണിംഗ് നോസ്, കഫ്?"

“നോ നത്തിംഗ് മാം”

ടേക്ക് കെയർ എന്ന് പറഞ്ഞ് ആ സ്ത്രീ ഫോൺ വെച്ചു.

പൊതുവേ അലർജിയുള്ള ഞാൻ ഒന്നു രണ്ട് വട്ടം തുമ്മി, പിന്നെ ഒന്നു ചുമച്ചു. കാലിയായ മനസ്സിനുള്ളിൽ നിന്നും ഒരു ചോദ്യം പതുക്കെ പ്രതലത്തിലേക്ക് പൊങ്ങിവന്നു

“ഷാനു നിനക്ക് ഇനി ശരിക്കും കോവിഡ് ഉണ്ടോ”?

ഉടൻ ഞാൻ എന്റെ കൈ മണപ്പിച്ചു. മണമുണ്ട്, മതിയാവാതെ വാസന തൈലം മണപ്പിച്ചു, മണമുണ്ട്. രുചിയുണ്ടോ എന്ന് നോക്കാൻ കഷ്ണം ഹലുവ എടുത്ത് കടിച്ചു ഒരു കുഴപ്പവുമില്ല. വീടിനകത്തെ പൊടിയും കുമ്മലും കൊണ്ട് ഇടയ്ക്കിടെ തുമ്മിക്കൊണ്ടിരുന്നു. കതിനവെടി പോലുള്ള തുമ്മലിന്റെ ശബ്ദം വെളിയിൽ പോകാതിരിക്കാൻ ഞാൻ തോർത്ത് മുണ്ട് മുഖമമർത്തി പിടിച്ചു.

തലേന്ന് വിജിത്ത് വാങ്ങി തന്ന ടിൻ കാനിലുള്ള ചൂര എടുത്ത് ഒരു ചൂര മുളകേഷ്യം തയ്യാറാക്കി പന്ത്രണ്ട് മണിയോടെ ഭക്ഷണം കഴിച്ചു. വീട്ടിലേക്ക് വിളിച്ചു, കൂട്ടുകാരെ വിളിച്ചു, പിന്നെ ഫോണിൽ കുറേയേറെ നോക്കിയും കുത്തികുറിച്ചും സമയം കളഞ്ഞു. ആറുമണിക്ക് ഉറക്കമുണർന്ന് ഒരു കട്ടനിട്ട് കുടിച്ച് ഹാളിൽ വന്ന് അലസമായി ഇട്ടിരിക്കുന്ന കാർഡ് ബോർഡ് പെട്ടികളിൽ നിന്നും അടുക്കളയിലേക്ക് ഉപകരിക്കുന്ന സാധനങ്ങൾ കുറേശ്ശേ എടുത്തുവച്ചു.

പള്ളിയിൽ ബാങ്ക് മുഴങ്ങുന്നത് വ്യക്തമായി കേൾക്കാം. പള്ളിയിൽ പോകാനായി സൈക്കിളിൽ പോകുന്ന ചെറിയ ക്ലാസ്സിലെ കുട്ടികൾ, പാതി തുറന്ന് വെച്ച ഗ്ലാസ് ജനലിലൂടെ വീട്ടുതടങ്കലിലുള്ള വ്യക്തി അവിടെ ഉണ്ടോ എന്നറിയാനുള്ള ആകാംക്ഷയാൽ ഒരു പാളി തലതിരിച്ച് നോക്കുന്നത് എനിക്ക് കാണാം. അവരുടെ ആകാംക്ഷയും ചരിഞ്ഞ് നോട്ടവും മനസ്സാലാസ്വദിച്ച എന്നിൽ ഒരു ചെറു ചിരി വിടർന്നു.

കുറേ നേരം ഫോണിൽ സമയം കളഞ്ഞ ശേഷം വിജിത്തിനെ വിളിച്ചു, ജസ്വിന്റെ പ്രതികരണത്തിലുള്ള വിഷമം പങ്കുവെച്ചു.

“ഷാനു സാർ എനിക്ക് മെഡിക്കൽ എടുക്കാൻ നാളെ ‘ദിദ്ദ’വിൽ പോകണം രണ്ടാമതും വിസക്ക് അപേക്ഷിക്കണം ഇപ്പോൾ ആറുമാസത്തേക്കാണ് വിസ തന്നത്.”

“ വിജിത്ത് നീ പോയി വരുമ്പോൾ എനിക്ക് കുറച്ച് തക്കാളി, ഓറഞ്ച് ചെറുനാരങ്ങ എന്നിവ വേണം”

“ശരി, സാർ മെസ്സേജ് അയച്ചാൽ മതി.”

ഭക്ഷണം ഉണ്ടാക്കാനുള്ള മടികൊണ്ട് രാത്രി വീണ്ടും ചൂരക്കറി കൂട്ടി ഊണ് കഴിച്ച ശേഷം എല്ലാം മറക്കാൻ ഒരു കഷ്ണം കറുത്ത ഹൽവ ചവച്ചലിയിച്ച് തിന്ന് വെള്ളം കുടിച്ച ശേഷം ഫോണിൽ കളിച്ച് കളിച്ച ങ്ങനെ സുഖസുഷുപ്തിയിലേക്ക്.

## നോവേറും നിനവുകൾ @14-3

കോഴി കൂവിയാലും ഇല്ലെങ്കിലും നേരം വെളുക്കുക തന്നെ ചെയ്യും. കട്ടിലിൽ കിടന്ന് കൊണ്ട് തന്നെ ഫോൺ നോക്കി, സമയം ആറര കഴിഞ്ഞു. വിജിത്ത് ഇന്ന് ദിദ്ദവിൽ പോകുന്ന ദിവസമാണ്; വിസ റിന്യൂവലിന് മെഡിക്കൽ എടുക്കാൻ. എനിക്ക് വേണ്ട സാധനങ്ങളുടെ ലിസ്റ്റ് sms ചെയ്ത ശേഷം ഒന്നു വെറുതേ വിളിച്ചു. "ഹലോ വിജിത്ത് ജെട്ടിയിലാണോ, ഫെറി ബോട്ട് വരാറായോ"?

"ഇല്ല സാറേ ഇന്നവിടെ മെഡിക്കൽ എടുക്കുന്നില്ല. അത് കൊണ്ട് അടുത്ത ഒരു ദിവസം വിളിച്ച് ചോദിച്ച് തന്നെ പോകണം."

ഒരു സാമ്പാറോ, ഒരു സോയാബീൻ കറിയോ വെക്കാനുള്ള താല്പ ര്യമെല്ലാം ചുരുട്ടിക്കൂട്ടി വെറുതെ കട്ടിലിൽ സീലിംഗ് നോക്കി കിടന്നു. എട്ടുമണി കഴിഞ്ഞ് കാണും എന്റെ ആരോഗ്യ വിവരമറിയാൻ ആരോഗ്യ പ്രവർത്തക വിളിച്ചു. പതിവു മറുപടിക്ക് ശേഷം നാട്ടിൽ നിന്ന് കൊണ്ടു വന്ന അണ്ടിപരിപ്പും മുന്തിരിയുമൊക്കെ ഇട്ട ഒരു ഉപ്പുമാവ് പരീക്ഷണം നടത്തി. പഞ്ചസാര കൂട്ടി തിന്നുമ്പോൾ ഒരു കേസരി ഇഫക്ട് ഇല്ലാതില്ല.

മണിപതിനൊന്നായപ്പോൾ എന്റെ കെയർ ടേക്കറായ വിജിത്ത് വീണ്ടും വിളിക്കുന്നു

"ഷാനു സാർ കലൈവാസൻ സാർ എന്നെ വിളിച്ചിരുന്നു സാറിന് ഒരു ഊണ് പൊതി കൊടുത്തയയ്ക്കാൻ"

മനസ്സിൽ ഹോംലി ഫുഡിന്റെ രസമുകുളങ്ങൾ പൊട്ടി തുടങ്ങിയതും വിജിത്ത് തിരുത്തി "പിന്നെ കലൈ സാർ പറഞ്ഞു, നാളെ വെള്ളിയാഴ്ച ഒരു സ്പെഷ്യൽ ചിക്കൻ ഫുഡ് തരാമെന്ന്"

ഏതായാലും പ്രതീക്ഷ അസ്ഥാനത്തല്ല.

“എടാ വിജിത്തേ കലൈസാറിനുള്ള മരുന്നുകൾ എന്റെ കയ്യിലുണ്ട് ഇന്നലെ ജസ്വിൻ പറഞ്ഞ പോലെ പറയുമോ, അത് കൊണ്ട് ക്വാറന്റെൻ കഴിഞ്ഞ് കൊടുക്കാമല്ലേ”?

“ഓ അതു മതി സാറേ”

“വിജിത്തേ വെള്ള ടാങ്കിലെ മഴ വെള്ളം അത്ര പിടിക്കണില്ല കുറച്ച് നാളായി അത് ആരും ഉപയോഗിക്കുന്നില്ലല്ലോ അത് കൊണ്ട് നീ എനിക്ക് ഒരു കെയ്സ് വെള്ളം എത്തിച്ച് തന്നാൽ ഉപകാരമായി”

“ഓ അത് ശരിയാക്കാം സാറേ പിന്നെ ഇന്ന് ലഞ്ചിനെന്തുണ്ടാക്കി?”

“എന്തുണ്ടാക്കാൻ ഇന്നലത്തെ മീൻ കറി ഇന്ന് ഉച്ചക്കും രാത്രിയിലും ഓടിക്കും, കൂടെ കുറച്ച് നാരങ്ങ അച്ചാറും”

സോഷ്യൽ മീഡിയയിൽ ഇപ്പോൾ ആദ്യം നോക്കുന്നത് ഓൺലൈൻ പത്രങ്ങളിലെ കോവിഡ് വാർത്തകളാണ്. സ്ഥിതിവിവര കണക്ക് വിശകലനം ചെയ്യുന്ന ഏജൻസികൾ പറയുന്നത് 2020 സെപ്റ്റംബർ രണ്ടാം വാരത്തോടെ കേരളത്തിലെ കോവിഡ് വ്യാപനം ഇരട്ടിയാകുമെന്നും അത് ഒക്ടോബറോടെ പതിനയ്യായിരമൊക്കെ ആകുമെന്നുമാണ്. ഈ സ്ഥിതിവിവര കണക്കുകളെല്ലാം തെറ്റാകട്ടെ ദൈവമേ എന്ന് മനസ്സാ ആഗ്രഹിച്ചു പോയി. ഭാര്യയും രണ്ട് പെൺമക്കളും മാത്രമാണ് വീട്ടിൽ. കോവിഡ് ഭയന്ന് വീട്ടിന് വെളിയിൽ ഇറങ്ങാതെ എത്രകാലം? ഏട്ടനിരുന്നപ്പോൾ ഒരു ധൈര്യമാണ്. എന്റെ അഭാവത്തിൽ വേണ്ട കാര്യങ്ങളൊക്കെ മൂപ്പര് തന്നെ നോക്കി കൊള്ളും. ഇനിയിപ്പോ കുടുംബിനിക്ക് കുടുംബം നടത്താൻ വെളിയിലിറങ്ങിയേ മതിയാവൂ.

വാട്ട്സാപ്പിൽ പരിചയക്കാരും സുഹൃത്തുക്കളുമായി കുറച്ച് മെസ്സേജുകൾ അയച്ചും വിളികൾ നടത്തിയും സമയം കൊന്നു കൊണ്ടിരുന്നു. വിളി ആയാലും ചാറ്റായാലും മിക്കവർക്കും പറയാനുള്ളത് ‘അവിടെ അയാൾ പോയി’, ‘ഇവിടെ ഇന്നലെ ഇന്നയാൾ മരിച്ചു’ എന്നൊക്കെ തന്നെയാണ്. അവരിൽ ചിലരെയെല്ലാം കൊറോണാ കാലത്ത് തമ്മിൽ കണ്ടതും സംസാരിച്ചതുമാണ് ഇപ്പോൾ ഒരു ഭീതി എപ്പോഴും മനസ്സിനെ അലട്ടികൊണ്ടിരിക്കുന്നു.

ഇടയ്ക്ക് മകളുടെ വക ഒരു പ്ലിംഗ് “അച്ചാ ടിവി റീച്ചാർജ്ജ് ചെയ്യൂ.”

കേരളത്തിലെ താരതമ്യേന കുറഞ്ഞ ചൂടിൽ നിന്നും വന്നത് കൊണ്ടാകാം ഇവിടുത്തെ കൊടിയ ചൂടുമായി ശരീരം സമരസപ്പെടാൻ ബുദ്ധിമുട്ടുന്നത് പോലെ,.

അല്പം കഴിഞ്ഞ് വീണ്ടും ഒരു ടെക്സ്റ്റ് മെസ്സജ് “ഒരു കെയ്സ്

കുടിവെള്ളം വാതിലിന് പുറത്ത് ഉണ്ട് എടുത്തു കൊള്ളൂ" വിജിത്ത് വെള്ളം കൊണ്ടു വച്ചതും തിരിച്ച് പോയതൊന്നും അറിഞ്ഞില്ല. ഉടൻ വെള്ളത്തിന്റെ കെയ്സ് എടുത്ത് ഉള്ളിൽ വെച്ച് വീണ്ടും വാതിലടച്ചു.

കടൽ വെള്ളം ശുദ്ധീകരിച്ചെടുത്ത കുടിവെള്ളത്തിന്റെ ഒരു ബോട്ടിൽ മൂടിപൊട്ടിച്ചെടുത്ത് മടക്ക് മടക്കേന്ന് അരലിറ്ററോളം വാശിക്കെന്നവണ്ണം കുടിച്ചു. പിന്നെ ഒന്നു കിതച്ചു.

എഴുത്ത് കാരാ... താങ്കളുടെ ഭയാശങ്കകൾ ന്യായം തന്നെ എന്നാലും ചില കൗതുകങ്ങൾ കൊണ്ട് ചോദിക്കയാണ്, "പണ്ട് വളരെ പണ്ട് ദ്വീപിലെ ജനങ്ങൾക്ക് എങ്ങനെയാണ് ശുദ്ധജലം ലഭിച്ചുകൊണ്ടിരുന്നത്? കടലിന്റെ നടുക്ക് കിടക്കുന്ന ഇത്തിരി കുഞ്ഞൻ ദ്വീപുകളിൽ ശുദ്ധജലം ഉണ്ടാകുമോ?".

പറയാം ആദ്യം ഞാനൊന്ന് ശ്വാസം വിടട്ടെ.

എല്ലാ നാട്ടിലേയും പോലെ ഇവിടേയും മഴയുള്ള സമയത്ത് നല്ല വെള്ളം കുറച്ചൊക്കെ ഭൂമിക്കടിയിലേക്ക് ഊർന്നിറങ്ങും. ഈ ശുദ്ധജലം സാന്ദ്രത കുറവായത് കൊണ്ട് അടിയിലെ പവിഴ പുറ്റിൻ തട്ടിലുള്ള സാന്ദ്രത കൂടിയ സമുദ്രജലത്തിന് മുകളിൽ ഒരു വക്ര ലെൻസിന്റെ രൂപത്തിൽ പൊങ്ങി നിൽക്കും. പുരയിടങ്ങളിൽ ചെറിയ കിണറുകൾ കുഴിച്ചാൽ ഏഴെട്ടടിയിൽ ശുദ്ധജലം ലഭിക്കും. വേനൽക്കാലത്ത് ഉപയോഗം കൂടുമ്പോൾ കുറച്ച് ഉപ്പ് വെള്ളം ഇതിൽ കൂടികലരും. പൊതുവേ ഇവിടുത്തെ കിണർ വെള്ളത്തിന് സാന്ദ്രത (ലവണാംശം) കൂടും. അത് കുളിക്കാനും അലക്കാനും മാത്രമേ എടുക്കൂ. പാചകത്തിന് വീടുകളുടെ മേൽക്കൂരയിൽ നിന്ന് വലിയ പ്ലാസ്റ്റിക് ടാങ്കിലേക്ക് പിടിക്കുന്ന (മഴ വെള്ളസംഭരണികളിലെ) വെള്ളമാണ് എടുക്കുന്നത്.

പണ്ട് മഴ വെള്ളം ഭൂമിയിലേക്കിറങ്ങാൻ മഴക്കുഴികൾ കുഴിച്ചിരുന്നതായി പറഞ്ഞ് കേട്ടു. ഇപ്പോൾ മേൽക്കൂരയിൽ വീഴുന്ന മഴ വെള്ളം പ്ലാസ്റ്റിക് പാത്തി വഴി അയ്യായിരം ലിറ്റർ വരെ വരുന്ന വലിയ ടാങ്കുകളിലേക്ക് പിടിക്കും. അതെ, ഇവിടെ മഴ വെള്ളസംഭരണി ഇല്ലാത്ത ഒരു വീടുപോലുമില്ല. സാമ്പത്തികം മെച്ചപ്പെട്ടപ്പോൾ കുടിക്കുന്നതിന് ബോട്ടിൽ വെള്ളവും കുറേ വീടുകളിൽ ഉപയോഗിക്കുന്നുണ്ട്.

ഒന്നു ശരിക്കും കിടന്ന് മയങ്ങാമെന്ന് കരുതിയതാണ്. അര മണിക്കൂറായി കാണും, പെട്ടെന്ന് ഫാൻ ശബ്ദം നിലച്ചു. ബെഡ്ഷീറ്റ് വിയർപ്പിനാൽ നനഞ്ഞു കുതിർന്നിരുന്നു. "വിജിത്ത് അവിടെ പവർ ഉണ്ടോ".

"ഇല്ലല്ലോ സാറേ, നേരത്തേ ഒരു അനൗൺസ്മെന്റ് ഉണ്ടായിരുന്നു"

"ആട്ടെ ഇത് എപ്പോൾ വരും"

“അറിയില്ല സാർ”

“ങാ പിന്നേ കടയിൽ ചെറുപഴം വന്നെന്നു ഗ്രൂപ്പിൽ കണ്ടു എനിക്ക് അഞ്ചാറെണ്ണം വാങ്ങി വെക്കണേ”

അതും പറഞ്ഞു ഞാൻ ഫോൺ വച്ചു.

സൗരയൂഥ കാരണവരായ സൂര്യൻ നല്ല ഉന്മാദത്തിലാണ്. സഹിക്കാൻ വയ്യാത്ത ചൂട്. വിയർപ്പ് തലയിൽ പിടിച്ച് തുമ്മാൻ തുടങ്ങിയിരിക്കുന്നു. വിദ്യാർത്ഥികൾക്കായി പ്രിന്റെടുത്ത് ബാക്കി വന്ന ഒരു 8-10 പേജ് വരുന്ന ഷീറ്റുകൾ എടുത്ത് വീശി വീശിയിരുന്നു. ചിലപ്പോൾ ഹാളിലൂടെ അങ്ങോട്ടും ഇങ്ങോട്ടും നടന്നു, ഇരിക്കപ്പൊറുതിയില്ലാത്ത അവസ്ഥ. ഏതായാലും ഒന്നുരണ്ട് ജനാലകൾ തുറന്നിട്ടു, അടുത്ത വീട്ടിലെ യുവാവും സുഹൃത്തും എന്റെ വീടിനടുത്തിട്ടിരിക്കുന്ന ‘ജോളിയിൽ’ വന്നിരുന്നു (ഇരുമ്പ് പൈപ്പിൽ ഇരിക്കാൻ പാകത്തിൽ ദീർഘചതുര കള്ളികളിൽ സ്ട്രക്ചറുണ്ടാക്കി അതിൽ വല നെയ്ത്ത് ഈസി ചെയറുപോലെ രണ്ട് മൂന്ന് പേർക്ക് ഇരിക്കാവുന്ന സാധനമാണ് ജോളി). ശബ്ദത്തിൽ തുമ്മിയിരുന്ന ഞാൻ തോർത്തെടുത്ത് മുഖമമർത്തി പിടിച്ച് തുമ്മലിന്റെ കാഠിന്യം കുറയ്ക്കാൻ ശ്രമിച്ചു. കാരണം, ഇവൻമാരെങ്ങാനും ഇയാൾക്ക് സുഖമില്ലാ എന്ന് ആരോഗ്യപ്രവർത്തകരെ വിളിച്ചു പറഞ്ഞാൽ പുകിലാക്കും. ഏതായാലും എനിക്ക് തോന്നിയ പോലൊന്നും സംഭവിച്ചില്ല. ആറരയോടെ പവർഹൗസിലെ സീഡൽ ജനറേറ്ററുകൾ വീണ്ടും മുരണ്ടു തുടങ്ങി.

മാലിദ്വീപിലെ എല്ലാ ദ്വീപുകളിലും വൈദ്യുതി എത്തുന്നത് ഗവൺമെന്റ് ഉടമസ്ഥതയിലുള്ള സ്റ്റെൽകോ ഫെനാക്ക എന്നീ കമ്പനികളിൽ നിന്നാണ്. ഡീസൽ ജനറേറ്ററുകൾ ആണ് ഇവിടെ ഉപയോഗിക്കുന്നത്. 1950 കളിലാണ് ഇവിടെ ഡീസൽ ജനറേറ്ററുകളുടെ പിൻബലത്തിൽ വൈദ്യുതീകരണം തുടങ്ങിയത്. ആദ്യ കുറേ വർഷങ്ങളിൽ പീക്ക് ഔവറുകളിൽ ജനറേറ്ററുകൾ ഓഫാക്കും (ലോഡ് ഷെഡ്ഡിംഗ്). കഴിഞ്ഞ ഇരുപത്തിയഞ്ച് മുപ്പത് കൊല്ലങ്ങളായി വലിയ ജനറേറ്ററുകളും ട്രാൻസ്ഫോർമറുകളും ഉപയോഗിച്ച് സദാസമയവും വൈദ്യുതി ലഭിക്കുന്നുണ്ട്.

എല്ലായിടത്തും വെളിച്ചം വന്നപ്പോൾ ജോളിയിലിരുന്ന യുവാക്കൾ വീടുകളിലേക്ക് കയറിപ്പോയി. കുറച്ചകലെ ഷട്ടിൽ കളിച്ചിരുന്ന പയ്യൻമാർ കളി നിറുത്തി പിരിഞ്ഞു. വൈകുന്നേരത്തെ ബാങ്കുവിളിയുടെ സമയമാകുമ്പോഴേക്കും ആണുങ്ങളെല്ലാവരും ഒന്നുകിൽ പള്ളിയിൽ അല്ലെങ്കിൽ വീട്ടിലുണ്ടാകും. വൈകുന്നേരം 6 മുതൽ രാത്രി 8 വരെ മാലിദ്വീപിൽ കടകൾ തുറക്കില്ല. ഒരു തരത്തിലുമുള്ള കൊടുക്കൽ

വാങ്ങലുകളും നടക്കില്ല.

ചൂടുകാരണം കട്ടനൊഴിവാക്കി അവലോസ് പൊടിയും വെള്ളവു മാണ് ഇടനേരത്തിന്. പ്രധാന പള്ളിയിൽ അഹമ്മദ് ബേയുടെ തട്ടലും മുട്ടലും സ്പീക്കറിലൂടെ കേൾക്കാം സന്ധ്യാസമയത്തെ ബാങ്കുവിളിയുടെ മുന്നോടിയാണത്. അടുക്കള ജനലിലൂടെ പല പ്രായത്തിൽ പെട്ടവർ സൈക്കിളിലും കാൽ നടയായും പള്ളിയിലേക്ക് പോകുന്നത് കാണാം. മഗ്രിബ് നമസ്കാരത്തിന് ദ്വീപിലുള്ള ഒട്ടുമിക്ക ആണുങ്ങളും പള്ളിയിലെ ത്തും. അധികം താമസിയാതെ പള്ളിയിൽ നിന്നും ഈണത്തിൽ 'അല്ലാഹു അക്ബർ' എന്നു തുടങ്ങുന്ന പ്രാർത്ഥനാ നാദങ്ങൾ മുഴങ്ങി തുടങ്ങി.

ഇബ്രാഹിം ബേ അദ്ദേഹത്തിന്റെ വീൽബാരോ ഉന്തിക്കൊ ണ്ട് വീടണയാൻ പോവുകയാണ്. വീൽബാരോയിലെ വെളുത്ത തെർമോകോൾ (സ്റ്റൈറിഫോം) പെട്ടികളിൽ കുത്തനെ അടുക്കിയ ബ്രഡ് പാക്കറ്റുകളാണ്. ബ്രഡ് വീട്ടുവീടാന്തരം കൊണ്ടു നടന്നു വില്ക്കുന്ന പണിയാണ്, ചിലപ്പോൾ പഴം പച്ചക്കറി തുടങ്ങി വേറെ എന്തെങ്കിലും കൂടി കാണും വില്പനക്ക്. കുറേവർഷങ്ങളായുള്ള പരിപാടിയാണ്. അടുത്ത ദ്വീപിൽ നിന്ന് വില്പനയ്ക്കായി ബോട്ടിൽ കൊടുത്തുവിടുന്നതാണ്. റിസോർട്ടുകളിലും മറ്റും ജോലി ചെയ്യുന്ന മക്കളും, തരക്കേടില്ലാത്ത വാർധക്യ പെൻഷനും ഉണ്ടെങ്കിലും ചെയ്തു കൊണ്ടിരിക്കുന്ന പണി ചെയ്തില്ലെങ്കിൽ അവരെ സംബന്ധിച്ചിടത്തോളം ജീവിതത്തിൽ അത് ഒരു വല്ലാത്ത ശൂന്യത സൃഷ്ടിക്കുന്നത് കൊണ്ടാകാം. ഒരു കാര്യം പ്രത്യേകം പറയേണ്ടിയിരിക്കുന്നു, ദ്വീപുകളിലെ ജനസംഖ്യ കുറവായ തിനാലോ അല്ലെങ്കിൽ ഇവിടുത്തെ ജനങ്ങളിലെ ബന്ധങ്ങളുടെ ആഴവും ആത്മാർത്ഥതയും കൊണ്ടാവാം ഒരിടത്തും വൃദ്ധ സദനങ്ങളില്ല.

അവലോസ് പൊടി പഞ്ചസാര മധുരത്തിൽ വായിലലിയുമ്പോൾ ഒരു സുഹൃത്ത് ഫെബ്രുവരി മാസത്തിൽ എന്നെ ഫോണിൽ വിളിച്ച് ശകാരിച്ചത് അറിയാതെ ഓർത്തുപോയി (പേരു പറയുന്നില്ല) ഫെയ്സ്ബുക്കിൽ പോസ്റ്റ് ചെയ്ത 'ഒരു അവലോസ് പൊടിക്കഥ' എന്ന ചെറുകഥയിലെ നായകനാണ് കക്ഷി.

"ഷാനു നിനക്ക് കഥയെഴുതാൻ വല്ലാതെ ചൊറിയുന്നുണ്ടെങ്കിൽ എന്റെ പേരോ എന്റെ കുടുംബത്തിനെയോ പറ്റി എഴുതരുത്. നീ നിന്നെ കുറിച്ചും നിന്റെ കുടുംബത്തെ കുറിച്ചും എഴുത്."

അഭിപ്രായ വ്യത്യാസങ്ങളും വാക്ക് തർക്കങ്ങളും ഉണ്ടെങ്കിലും ഇന്നും അവൻ എന്റെ നല്ല സുഹൃത്താണ്. എന്നാലും ഒരു സംശയം മാറുന്നില്ല,

എല്ലാ എഴുത്തുകാരും അവരെ കുറിച്ചും കുടുംബത്തെ കുറിച്ചും മാത്രമെഴുതിയാൽ കല്പനകൾ തുലോം കുറവുള്ള ആത്മകഥകൾ മാത്രമല്ലേ ഉണ്ടാവുക. കല്പനയില്ലെങ്കിൽ പിന്നെന്ത് സാഹിത്യം.

സന്ധ്യാസമയം പ്രാർത്ഥനയൊന്നും പതിവില്ലെങ്കിലും ശരീരത്തിലൊട്ടി പിടിച്ച വിയർപ്പും ദുർഗന്ധവും അകറ്റാൻ ഒന്നു മേലുകഴുകി. മാർച്ച് മാസം വീട്ടിലേക്ക് വരുന്നത് വരെ വിഷ്ണു സഹസ്രനാമം സ്ഥിരമായി ചൊല്ലിയതാണ് മനസ്സിലെ ആഗ്രഹങ്ങൾക്ക് ബലമേകാൻ, ഉന്നത ജോലി, മകളുടെ പഠനം, ഏട്ടന്റെ ആയുരാരോഗ്യം പലതും തിരിച്ചു പിടിക്കാനാകാത്ത ദൂരത്ത് എത്തിനില്ക്കുന്നു. ഏതായാലും രാത്രി വീട്ടിലേക്കൊന്ന് വിളിച്ച് ടിവി റീചാർജ്ജ് ചെയ്യുന്നതും മറ്റു വിശേഷങ്ങളും കോവിഡ് വിശേഷങ്ങളും പങ്ക് വെച്ച് വീണ്ടും കുത്തി കുറിക്കാൻ തുടങ്ങി.

# നോവുകൾ നിനവുകൾ @14-4

കട്ടനും ബ്രിട്ടാനിയ റസ്കും നല്ല ഒരു ജോഡിയാണ്. നല്ല മുറുക്കമുള്ള റസ്ക് കടിച്ച് ചവയ്ക്കുമ്പോൾ നാക്കിൽ പരക്കുന്ന ഏലക്കായുടെ സ്വാദ് വളരെ ഇഷ്ടമായി. ഇന്ന് ഒരു പ്രതീക്ഷയുടെ ദിനമാണ് ഉച്ച ഭക്ഷണം പാകം ചെയ്യണ്ട, കലൈസാർ കൊടുത്ത് വിടും. രാവിലത്തേത് നോക്കിയാൽമതി. പ്രാതൽ ഒന്നു മാറ്റി പിടിക്കാമെന്നുവച്ചു. കാർഡ് ബോർഡ് പെട്ടിയിൽ വന്ന ചപ്പാത്തി തവ എടുത്ത് കഴുകി ഒന്നു മെഴുക്കു പുരട്ടി മയക്കി കഷ്ടി മൂന്ന് ഗോതമ്പ് ദോശ ചുട്ടെടുത്തു, തവ മസില് പിടിച്ച് നിന്നത് കൊണ്ട് പരിക്കുകളോടെയാണ് എല്ലാം പുറത്തെത്തിയത്. ഇനി എന്ത് കൂട്ടി കഴിക്കും? ഒരു കഷ്ണം രുചിച്ചപ്പോൾ മനസ്സിലായി ഉപ്പിടാൻ മറന്നിരിക്കുന്നു. നാട്ടിൽ നിന്ന് വന്ന ഉടനേ പഞ്ചസാര കൂട്ടികഴിച്ച് ദാരിദ്ര്യം കാണിക്കണ്ട എന്ന് കരുതി മേശമേലിരുന്ന കറുത്ത ഹല്വ ജാമായി കരുതി. ചുരുട്ടിവെച്ച ദോശ ഒരു കടി, ഹല്വ ഒരു കടി എന്ന രീതിയിൽ പരിപാടി തീർത്തു.

മകളുടെ പ്ലസ് വൺ അഡ്മിഷൻ കാര്യം എന്തായി എന്നന്വേഷിക്കാൻ വീട്ടിലേക്ക് വിളിച്ചു. പ്രൈമറി അലോട്ട്മെന്റ് 25 കഴിഞ്ഞേ ഉണ്ടാകൂ എന്നാണ് വാർത്ത. എന്തൊക്കെയോ ചിന്തിച്ച് എഴുതാനായി വീണ്ടും വിരൽ തൊടുത്തപ്പോൾ ഫോൺസ്ക്രീനിൽ ഒരു കോൾ റിംഗ് കാണിക്കുന്നു, ഇപ്പോൾ ആ നമ്പർ മനപാഠമാണ്, ആരോഗ്യ പ്രവർത്തക.

“ഹലോ മാം ഐ ആം ഫൈൻ, നോ കഫ് നത്തിംഗ്” അതങ്ങനെ കഴിഞ്ഞു.

എഴുത്ത് കുത്തുകൾ നടത്തികൊണ്ടിരിക്കേ സമയം 11 കഴിഞ്ഞതറിഞ്ഞില്ല. നല്ല വെളിച്ചമുള്ളത് കൊണ്ട് കർട്ടനുള്ളിലൂടെ ചില്ല് ജനാലയ്ക്ക് പുറത്ത് നടക്കുന്നത് അവ്യക്തമായി കാണാം. ഒരു ചുവപ്പ് രൂപം

കൈയ്യനക്കുന്നുണ്ട്. എന്താണത് എന്നറിയാൻ കർട്ടനറ്റം മാറ്റിനോക്കി വഴിയിൽ എതിർ വീട്ടിലെ കുട്ടിവാമനൻമാർ ഷട്ടിൽ കളിക്കുകയാണ്. ആവശ്യത്തിന് ചൂടടിക്കുന്ന ആ സമയത്തും ക്ലസലില്ലാതെ കളിക്കുന്ന കുട്ടികളോട് അസൂയ തോന്നി. മാലിദ്വീപിലെ കുട്ടികൾ അങ്ങനെ ഒക്കെയാണ്. നല്ല മഴയുള്ള സമയത്ത് വഴിയിൽ ഫുട്ബോൾ തട്ടികളിക്കുക, സൈക്ലിംഗ് ചെയ്യുക എന്നതുമൊക്കെ അവരുടെ ഇഷ്ട വിനോദങ്ങളാണ്. ചെറുപ്പത്തിലേ ശീലിച്ചത് കൊണ്ട് അമ്മമാരും ഇതൊന്നും ഗൗനിക്കാറില്ല. ഈ മഴ കസർത്തുകളെല്ലാം നടത്തിയാലും ഒരു കുട്ടിക്കും ഒരു ചെറു പനിപോലും ഇതിന്റെ പേരിൽ വരാറില്ല. ഇനി കളി കഴിഞ്ഞെന്നിരിക്കട്ടെ അവിടെ തീരുന്നില്ല കവാത്ത്. ഉടനേ പോയി കടലിലൊരു കുളിയാണ്. ആ ജലക്രീഡ കഴിഞ്ഞേ അവർ വീട്ടിലേക്ക് കയറുകയുള്ളൂ. ഇപ്പോൾ തൊട്ടടുത്തുള്ള എന്റെ ഏകാന്തവാസം അവരെ അലട്ടുന്നില്ല, എന്റെ സാന്നിധ്യം അവർ മനസ്സാ മെല്ലെ പൊരുത്തപ്പെടുന്നതായി തോന്നുന്നു.

കയ്യിൽ ഫോൺ ഉള്ളത് കൊണ്ട് സമയമങ്ങിനേ പോകും. ഒരു മണിക്ക് വിജിത്തിന്റെ ഫോൺ കോൾ “സാർ കലൈ സാർ തന്ന് വിട്ട ചോറും കറികളും വെളിയിൽ വച്ചിട്ടുണ്ട്”

വാട്ടിയ വാഴയിലയിലെ ചോറിന്റെ മണവും കറിയും കൂട്ടുകളും. ഹായ് വായിൽ പെട്ടെന്നൊരു ഉമിനീരോട്ടം. ഭക്ഷണ പൊതി അടുക്കളയിൽ വെച്ച ഉടനേ കലൈ സാറിനു നന്ദി രേഖപ്പെടുത്തി കൊണ്ട് ടെക്സ്റ്റ് ചെയ്തു. കുളിച്ച് ശുദ്ധം വരുത്തി രണ്ട് മണിക്ക് ഊണ് കഴിക്കാനിരുന്നു. പ്രഖ്യാപിത ചിക്കൻ കറി ഇല്ലെങ്കിലും പീച്ചിങ്ങപരിപ്പ് കറി, ഇലതോരൻ, രസം, പപ്പടം കൂട്ടത്തിൽ നാട്ടിലെ ഉഗ്രൻ നാരങ്ങ അച്ചാറും. എല്ലാം കൂട്ടി നല്ല ഒരു പിടിപിടിച്ചു ബാക്കി രാത്രിയിലേക്ക് മാറ്റിവച്ചു. മേമ്പൊടിയായ് മധുരത്തിന് ഒരു മൈസൂർപാക്ക്, എല്ലാം ബഹുകേമം. ഇത്രയും അകത്തായാൽ ഉച്ചക്ക് ഒന്നുറങ്ങാതിരിക്കുന്നതെങ്ങിനെ.

ഒരു മുറിയിൽ ഒറ്റയ്ക്കടച്ചിരിക്കുമ്പോൾ എന്തൊക്കെയാണ് ഒരാൾ ചിന്തിക്കുക അത് വലിയ പ്രഹേളികയാണ്. പക്ഷേ ചിന്തകൾക്കെല്ലാം ചില സമാനതകളുണ്ടാകും, ഏതൊരു സാധാരണ മനുഷ്യനേയും പോലെ ഞാനും ചിന്തിച്ചിരിക്കാറുണ്ട് അത് അധികവും ഇച്ഛിച്ചിട്ടും പ്രയത്നിച്ചിട്ടും നടക്കാതെ പോയ കാര്യങ്ങൾ, നഷ്ടമായ അവസരങ്ങൾ എന്നിവയെ കുറിച്ചാകും. പുറത്ത് നിന്ന് എന്നെ നോക്കുന്ന പലരും എനിക്കിന്നുള്ളത് അവർക്കുണ്ടായിരുന്നെങ്കിൽ എന്നാഗ്രഹിച്ചിട്ടുണ്ടാകും, പക്ഷേ ഞാനോ എത്തിപ്പിടിക്കാനാവാതെ പോയതിനെ കുറിച്ച് മാത്രമാണ് ചിന്തിക്കുന്നത്. ചിന്തിച്ചിട്ട് പ്രത്യേകിച്ച് ഒരു ഉപയോഗമില്ലെങ്കിലും,

ന്നകരാനാവാതെ പോയ മദിരയും മദിരാക്ഷിയും മനുഷ്യൻ വെറുതേ ഓർക്കും ഒരുപക്ഷേ മരിക്കുവോളം, ദേവ അസുര ഗുണങ്ങൾ മനുഷ്യനിൽ സമം ചേർന്നതിനാലാകാം ഇങ്ങനെയൊക്കെ എന്ന് ഓർത്തുപോകുന്നു.

കിടന്ന കിടപ്പിൽ ചിന്തകളെ ഉപേക്ഷിച്ച് ഫോണിൽ സമയം നോക്കി. വൈകുന്നേരം 5.30 കഴിഞ്ഞിരിക്കുന്നു. സൂര്യതാപം കുറഞ്ഞെങ്കിലും വീടിനകത്തെ വായു ചൂടുപിടിച്ചിരിക്കുന്നു. എഴുന്നേറ്റ് ഹാളിലെ രണ്ട് ജനാലകളും റൂമിലെ ജനാലയും പാതി തുറന്ന് കർട്ടന് പിറകിലേക്ക് വലിച്ചിട്ട കസേരയിലിരുന്ന് നിഴലാട്ടം കാണുന്നപോലെ കുട്ടികളുടെ ഷട്ടിൽ കളി കണ്ടിരുന്നു. പ്രത്യേകിച്ച് ഒന്നും ചെയ്യാനില്ലെങ്കിലും എഴുത്തും ചിന്തകളുമായി സമയം പോകുന്നതറിയില്ല. കളിയായിട്ടാണെങ്കിലും ചില ചിന്തകൾക്ക് എരിവും മധുരവുമുണ്ട്, പൗലോ കൊയ്‌ലോ മുന്നേയും പല കൃതികളെഴുതിയിട്ടുണ്ടെങ്കിലും അൻപത്തഞ്ചാമത്തെ വയസ്സിൽ 'അൽക്കെമിസ്റ്റ്' എന്ന കൃതിയിലൂടെ ലോകമറിയുന്ന എഴുത്തുകാരനായി. അതിലുമേറെ കാതങ്ങൾ ജീവിതം താണ്ടിയ ആയിരക്കണക്കിന് എഴുത്തുകാർ ഒരു കൃതി പോലും പ്രസിദ്ധീകരിക്കാനാകാതെ എഴുതി തള്ളുകയാണ്, അൻപത്തൊന്നു പിന്നിട്ട ഞാനും അതിൽ ഒരു അര എഴുത്തുകാരൻ.

തെരുവ് വിളക്കുകൾ തെളിഞ്ഞു, നമസ്കാരം കഴിഞ്ഞ് ബാലകരും മുതിർന്നവരും മടങ്ങി പോകുന്നത് കാണാം. ഏഴരക്ക് വാതിൽക്കൽ ഒരു മുട്ട്, മുറിയിലെ ജനാല കർട്ടൻ വകഞ്ഞ് മാറ്റി ഞാൻ വാതിൽക്കലേക്ക് പാളി നോക്കി, കെയർ ടേക്കർ വിജിത്താണ്. പുള്ളി മൺപാതയുടെ പകുതി ദൂരം ചെന്ന് നില്പാണ്.

"സാറ് പറഞ്ഞ ചെറുപഴവും അഞ്ചാറ് മുട്ടയും വാതിൽക്കല് വെച്ചിട്ടുണ്ട്"

"പിന്നെ എന്തെല്ലാമാണ് വിശേഷം വിജിത്തേ"?

"ആ... സാറേ ഞാൻ നാളെ ദിദ്ദവിന് പോണ് സാറിന് എന്താ വേണ്ടത്"

"ഞാൻ മെസ്സേജ് അയച്ചില്ലേ, തക്കാളി, ഓറഞ്ച്, കാരറ്റ് പിന്നെ കുറച്ച് പച്ചമുളക്"

"ന്നാ... ഞാൻ പോട്ടേ സാറേ"

"ഓകെ ഗുഡ് നൈറ്റ് വിജിത്ത്"

അന്യനാട്ടുകളിലെ എല്ലാ പ്രവാസികൾക്കും, പ്രത്യേകിച്ച് കുടുംബം നാട്ടിലുള്ളവർക്ക് ഈ സമയത്ത് ഒരു വേവലാതിയാണ് തനമിങ്ങേയും മനമങ്ങേയും എന്ന അവസ്ഥ. എന്റേയും അവസ്ഥ അത് തന്നെ. പറക്കമുറ്റാത്ത രണ്ട് പെൺമക്കളും ഒരു അമ്മക്കിളിയും ഒരു കൂട്ടിൽ, ഓടിവന്ന്

കാര്യങ്ങളന്വേഷിക്കാൻ ഇപ്പോ ഏട്ടനുമില്ല. ചുറ്റിനും പകർച്ച വ്യാധി പക്ഷേ കുടുംബം മുന്നോട്ടോടണമെങ്കിൽ അമ്മക്കിളിക്ക് സധൈര്യം പുറത്തിറങ്ങിയേ മതിയാകൂ.

സന്ധ്യ കഴിഞ്ഞാൽ പ്രമുഖ ഓൺലൈൻ മലയാള പത്രങ്ങളിലൂടെ നിത്യവും ഒരു അര മണിക്കൂർ കോവിഡ് വാർത്തകൾ വിശദമായും മറ്റു വാർത്തകൾ ചുരുക്കത്തിലും വായിക്കുന്നത് എന്നും പതിവാണ്. മുഖ്യമന്ത്രിയുടെ ലൈവ് കോവിഡ് വരുമ്പോഴാണ് അന്നന്നത്തെ ബാധിപ്പിന്റെ കണക്ക് ഔദ്യോഗികമായി പ്രഖ്യാപിക്കപ്പെടുന്നത്. ഇന്നത്തെ ആഗസ്റ്റ് 21ന് 1983 രോഗികൾ. അന്യസംസ്ഥാനത്ത് നിന്ന് വന്നവർ, ഗൾഫിൽ നിന്ന് വന്നവർ, സമ്പർക്കത്തിലുള്ളവർ അങ്ങനെ ഇനം തിരിച്ചുള്ള കണക്കും രോഗം ഭേദമായവരുടെ കണക്കുമെല്ലാം എടുത്ത് നിരത്തി വിശകലനം ചെയ്യുന്ന മുഖ്യമന്ത്രി. അദ്ദേഹമിരിക്കുന്ന വലിയ മേശക്ക് ചുറ്റം ആരോഗ്യ മന്ത്രിയടക്കം വിഷയത്തിൽ ഗ്രാഹ്യമുള്ള പലരും ഉണ്ട് പക്ഷ സ്ക്രീനിൽ ആ ഒരൊറ്റ മുഖം മാത്രം, ക്രൗര്യം ഉറഞ്ഞുറങ്ങുന്ന മുഖത്ത് ഒരു മന്ദസ്മിതത്തിന്റെ പെയിന്റടിച്ച പോലെ. മുന്നേ കണ്ടിരുന്ന അജയ്യ ഭാവം ഇപ്പോഴില്ല മാത്രമല്ല ആശങ്കയുടെ നിഴൽ പരന്നിട്ടുണ്ട് താനും, ഒരു തരത്തിൽ പറഞ്ഞാൽ പൃഷ്ഠമനക്കാൻ വയ്യാത്ത അവസ്ഥ. മൂന്ന് മാസം മുൻപ് ആ മാധ്യമ ഉപദേഷ്ടാവ് ചെവിയിലോതിയത് ചെവിക്കൊണ്ടതാണ് എല്ലാത്തിനും കാരണം.

ഉപദേഷ്ടാവ് : സാറേ ഈ പോക്ക് അപകടമാണ്

മുഖ്യൻ: ഏത് പോക്കെടോ?

അതിപ്പം വന്നിട്ട് കയ്യാല ചാരിനിന്നവൻ കയ്യാലേം കൊണ്ട് പോയ പോലാവും.

എടോ ഉപദേശി നിങ്ങളീ അതുമിതും പറയാതെ മനസ്സിലാവുന്ന ഭാഷയിൽ പറയ്.

സാറേ നിപ്പക്കാലത്ത് നിപ്പയെ മെരുക്കിയെന്നും പറഞ്ഞ് പത്രമാധ്യമങ്ങളും സമൂഹ മാധ്യമങ്ങളും അവർക്ക് നിപ്പറാണി പട്ടം കൊടുത്തിട്ടുണ്ട്.

അത് കൊണ്ട് ?

സാറേ ഇപ്പോ തന്നെ ബിബിസി പോലുള്ള അന്തർദേശീയ മാധ്യമങ്ങൾ കേരള ആരോഗ്യ മോഡലിനെ കുറിച്ചും ആരോഗ്യമന്ത്രിയെ കുറിച്ചുമൊക്കെ വാനോളം പുകഴ്ത്തുന്നുണ്ട്. ഇങ്ങനെ പോയാൽ തിരഞ്ഞെടുപ്പടുക്കുമ്പോൾ ഭാവിയിലെ വനിതാ മുഖ്യമന്ത്രിയായി അവരെ മാധ്യമങ്ങൾ ഉയർത്തിക്കാട്ടാൻ സാധ്യതയുണ്ട്.

എടോ ഉപദേശി താൻ പറഞ്ഞത് നേരാണല്ലോ. ഇനിയിപ്പോ എന്താ

ഒരു പോം വഴി?

ഒറ്റ വഴിയേ ഇനി മുന്നിലുള്ളൂ.. സ്റ്റേറ്റിന്റെ മുഖ്യനെന്ന നിലയ്ക്ക് അവരെ പത്രസമ്മേളനത്തിൽ അടുത്തിരിത്തി അവരുടെ കയ്യിലുള്ള ഫയലിലുള്ളത് അങ്ങനെ തന്നെ വായിക്കുക. കൂടെ സാറിന് പറയാനുള്ളതൊക്കെ അങ്ങ് പറയുക. അപ്പോ മാധ്യമ ശ്രദ്ധ സാറിലേക്ക് മാത്രമാവും.

എടോ ഉപദേശി താനാളൊരു പുലിയാണ് കേട്ടോ.

അന്ന് മൈക്ക് കയ്യിലെടുത്തതാണ് മുഖ്യൻ, ആദ്യമാദ്യം പിടിച്ചു കെട്ടിയ കണക്കായിരുന്നു പറഞ്ഞ് കൊണ്ടിരുന്നത് ഇപ്പോഴിപ്പോ പിടിച്ചാൽ കിട്ടാത്ത കണക്കാണ് മൂപ്പര് പറയണത്. ദേശീയ സ്ഥിതി വിവര കണക്കുകൾ പറയുന്നത് ഇപ്പോക്ക് പോയാൽ അടുത്ത മാസം കേരളം ദേശീയ ശരാശരിയേയും കടത്തിവെട്ടി എല്ലാ കാര്യത്തിലുമെന്ന പോലെ കോവിഡിലും ഒന്നാമതാവും. ഇന്നിപ്പോ മൂപ്പരുടെ മുഖം ടിവിയിൽ കാണുമ്പോ ജനങ്ങൾ ചിത്രഗുപ്തനെ സ്വപ്നം കാണുന്നതിൽ അത്ഭുതമില്ല. കഴിഞ്ഞ മാസം വരെ സുരക്ഷിത സംസ്ഥാനമായിരുന്ന കേരളത്തിന്റെ ഇന്നത്തെ അവസ്ഥ വളരെ അരക്ഷിതമാണ്. ഇതാണ് പണ്ടുള്ളവർ പറയണത് കഷ്ടകാലത്ത് അരയിലെ അരഞ്ഞാണവും അണലിയാവുമെന്ന്. ഇപ്പോ തദ്ദേശ തെരഞ്ഞെടുപ്പും മാറ്റി ഇനി അസംബ്ലി തെരഞ്ഞെടുപ്പ് എന്താകുമോ എന്തോ.

കോവിഡ് ചിലരെയെങ്കിലും കനിഞ്ഞനുഗ്രഹിച്ചിട്ടുണ്ട് അതിൽ മുകേഷ് അംബാനിയുടെ കൂടെ തോറ്റ തുന്നം പാടി കൂട്ടും കിടക്കയുമെടുത്ത് സ്ഥലം വിടാനിരുന്ന മറ്റു ടെലികോം കമ്പനികളും ഒന്നു പിടിച്ചു കയറി. ഇപ്പോ വർക്ക് ഫ്രം ഹോം, സ്കൂൾ അറ്റ് ഹോം എന്നൊക്കെ ആയപ്പോ, പണ്ട് രാമേട്ടൻ ചായപ്പീടിയിൽ ഉച്ച കഞ്ഞിക്ക് ആള് കൂടുമ്പോ കഞ്ഞിയില് ചൂടുവെള്ളമൊഴിച്ച് നേർപ്പിക്കണ പോലെ ടെലികോം കമ്പനികൾ ഉള്ളത് നേർപ്പിച്ച് നേർപ്പിച്ച് എത്ര ആളുകൾക്ക് വേണമെങ്കിലും 2G വേഗതയിൽ 4G കൊടുക്കുന്നുണ്ട്. എല്ലാ കമ്പനികളും ഒരു പോലായത് കൊണ്ട് ഇപ്പോഴും എപ്പോഴും ജനം സഹിക്ക തന്നെ.

ഞാൻ പഠിച്ച സ്കൂളിലെ ഒരു നിർധന വിദ്യാർത്ഥിക്ക് പഠനോപാധിയായി ഒരു ടിവി കൊടുക്കാമെന്ന് ഞങ്ങളുടെ (പൂർവ്വ വിദ്യാർത്ഥികൾ) സ്കൂൾ ഗ്രൂപ്പ് വാഗ്ദാനം നല്കിയിട്ടുണ്ടായിരുന്നു. അതിന്റെ വിവരങ്ങൾ അശോകനെ വിളിച്ചന്വേഷിച്ചു. വീണ്ടും ഒന്നു രണ്ട് വിളികൾ പിന്നെ കുറച്ചെഴുത്ത് അത്രയുമായപ്പോഴേക്കും ചെറുതായി ഉറക്കം വന്നു തുടങ്ങി.

# നോവുകൾ നിനവുകൾ @14-5

നമ്മൾ ഉറങ്ങുമ്പോൾ തലച്ചോറ് സൃഷ്ടിക്കുന്ന കഥകളും ചിത്രങ്ങളുമാണ് സ്വപ്നം. മന:ശാസ്ത്രജ്ഞൻമാർ പറയുന്നത് നമ്മൾ ഉറക്കത്തിൽ ഇടയ്ക്കിടെ സ്വപ്നങ്ങൾ കാണുമെന്നാണ്. ഗാഢനിദ്രയിൽ അതിനെ കുറിച്ച് ഒന്നും അറിയാറില്ലത്രേ. എന്നാൽ കൃഷ്ണമണികളുടെ ചലനത്തോടെയുള്ള ഉറക്കത്തിൽ (REM sleep) തലച്ചോർ ബോധത്തിലെന്നപോൽ കർമ്മനിരതമായിരിക്കുന്ന സമയത്ത് കാണുന്ന സ്വപ്നങ്ങൾ കുറേയൊക്കെ നമ്മൾ ഓർത്തിരിക്കും. പറഞ്ഞോണ്ട് വന്നത് എന്താന്ന് വെച്ചാൽ ഞാനും പലപ്പോഴുമോർക്കാൻ പറ്റുന്ന നല്ല സ്വപ്നങ്ങൾ മാത്രം കാണുന്ന ഒരാളാണ്. ഇന്ന് പകുതിയോർക്കുന്ന ഒരു സ്വപ്നം ഞാനും കണ്ടു. സംഭവിക്കാൻ സാധ്യതയില്ലാത്ത ഒരു തമാശയായാണ് എനിക്കത് വെളിപെട്ടത്.

പ്രത്യേകം തയ്യാറാക്കിയ സ്റ്റേജിൽ അവാർഡ് ഫെസ്റ്റിവൽ പോലുള്ള ഒരു അന്തരീക്ഷം വലിയ പച്ച പുൽമൈതാനത്ത് തടിച്ച് കൂടിയിരിക്കുന്ന പുരുഷാരത്തിൽ കാഴ്ചക്കാരനായി ഞാനുമുണ്ട്. മോഹൻലാലിന്റെ നേതൃത്വത്തിൽ ഒരു പ്രോഗ്രാം ചെയ്ത് തീർന്നതും ഉച്ചത്തിൽ ആർപ്പുവിളികളും നിലയ്ക്കാത്ത ഹർഷാരവങ്ങളും തുടരുകയാണ്. പെട്ടെന്ന് ഒരു ഉൾപ്രേരണയാൽ ഒരു മായിക ലോകത്തിലെന്നപോലെ ഞാൻ സ്റ്റേജിന് മുന്നിലേക്ക് സധൈര്യം നടന്നടുത്തു. ഇപ്പോൾ സ്റ്റേജ് കാലിയാണ് പെട്ടെന്ന് കരഘോഷങ്ങൾ നിന്നു. പുരുഷാരം എനിക്ക് നേരെ ശകാര വർഷവും കൂവലുമൊക്കെ നടത്തുന്നുണ്ട്. ഭയപ്പാടേതുമില്ലാതെ അവർക്ക് നേരെ തിരിഞ്ഞ് നിന്ന് ഉച്ചത്തിൽ ഞാൻ അവരോട് വിളിച്ചുപറഞ്ഞു "സുഹൃത്തുക്കളേ എന്നെങ്കിലും എനിക്ക് വേണ്ടിയും നിങ്ങൾ കൈയടിക്കും" അപ്പോഴേക്കും സ്വപ്നം നിലച്ചിരുന്നു.

എത്ര വൈകി ഉറങ്ങിയാലും 6.30 - 6.45 ൽ കൂടുതൽ ഉറക്കം നീളാറില്ല. സമയം 6.43 ശൗചക്രിയകൾ കഴിഞ്ഞ് വാട്ട്സാപ്പിൽ പല സുഹൃത്തുക്കൾക്കും സുപ്രഭാത്രം നേർന്നു. ഒരുപാട് തരത്തിലുള്ള അത്തം ആശംസകൾ വന്നിരിക്കുന്നു. ഇങ്ങനെ ഓരോരു വിശേഷ ദിവസങ്ങളിലും അല്ലാത്ത ദിനങ്ങളിലും ഇത്രയേറെ ഫോട്ടോ പോസ്റ്റുകൾ, വീഡിയോകൾ, ജിഫുകൾ, ചലഞ്ചുകൾ എന്നിവ സോഷ്യൽ മീഡിയയിൽ പടച്ചു വിടണമെങ്കിൽ എത്ര തലകൾ അഹോരാത്രം പണിയെടുക്കുന്നുണ്ടാകും അപ്പോൾ എത്ര വലുതായിരിക്കും ഈ ഇന്റർനെറ്റ് ബിസിനസ്? അതിന്റെ മൂല്യം ഒന്നിനു പുറകെ ഒൻപതും പത്തും പൂജ്യങ്ങൾ വരുന്ന ശതകോടികൾ ഡോളർ ബിസിനസാകും.

ഒരു കട്ടനിട്ട് കുടിച്ച്, വാങ്ങേണ്ട സാധനങ്ങൾ വിജിത്തിനെ ഓർമ്മിപ്പിച്ചു. ഇന്നദ്ദേഹം എന്തായാലും മെഡിക്കൽ എടുക്കാൻ ദിദ്ദുവിനു പോകും. ദിദ്ദു ഹാ- അലിഫ് അറ്റോളിന്റെ ഭരണസിരാകേന്ദ്രമാണ്, അറ്റോൾ ഹോസ്പിറ്റലും അവിടെ തന്നെയാണ്. ഭരണ സൗകര്യത്തിനായി മാലിദ്വീപിൽ നമ്മുടെ ഗ്രാമപഞ്ചായത്തുകൾ പോലെ 20 അറ്റോളുകളായി (ഒന്നിച്ച് കിടക്കുന്ന കുറേ ദ്വീപുകളുടെ സഞ്ചയത്തേയാണ് അറ്റോൾ/ അത്തോൾ എന്ന് പറയുന്നത്) തിരിച്ചിട്ടുണ്ട്. ഓരോ അറ്റോളിലും ഒരു പ്രധാന ആശുപത്രി ഒരു പ്രധാന വിദ്യ്യഭ്യാസ കേന്ദ്രം എന്നിവ ഉണ്ടാകും. വർക്ക് വിസക്ക് മെഡിക്കൽ സർട്ടിഫിക്കറ്റ് എടുക്കണമെങ്കിൽ ദിദ്ദുവിലെ പ്രധാന ഹോസ്പിറ്റൽ തന്നെ പോകണം. ആഴ്ചയിൽ രണ്ട് തവണ അങ്ങോട്ടേക്ക് ഫെറി ബോട്ടുണ്ടാകും. അല്ലാതെ ഗ്രൂപ്പായി വിളിച്ചു പോകുന്ന ബോട്ടുകൾ അല്ലെങ്കിൽ ലോഞ്ചുകളും കാണും.

ഏഴെട്ടു വർഷം മുന്നേ വരെ ഇവിടെ വർക്ക് പെർമിറ്റ് ഉള്ള വിദേശികൾക്കും ചികിത്സ സൗജന്യമായിരുന്നു. പക്ഷേ മരുന്നുകൾ വില കൊടുത്തു വാങ്ങണം. പിന്നീട് സൗജന്യ ചികിൽസ നാട്ടുകാർക്ക് മാത്രമായി പരിമിതപ്പെടുത്തി. ഒരു പുതിയ ചികിൽസ പദ്ധതി 'ആസന്ത' ഗവൺമെന്റ് കൊണ്ടു വന്നു. ആസന്ത കാർഡുള്ളവർക്ക് ലോക്കൽ ഹെൽത്ത് സെന്ററുകളുമായി ബന്ധപ്പെട്ട് ചികിത്സയും മെഡിക്കൽ ഷോപ്പിൽ നിന്നും മരുന്നും ഫ്രീ ആയി കിട്ടും. പ്രത്യേകിച്ച് അറുപത് വയസ്സ് കഴിഞ്ഞവർക്ക് (മുതിർന്ന പൗരൻമാർ).

ചുരുക്കം ചില ഫോൺ വിളികളല്ലാതെ വാതുറന്ന് ആരോടെങ്കിലും ഒന്നു മിണ്ടിയിട്ട് നാലഞ്ച് ദിവസങ്ങളായി. ജീവിതം ഒരേ ആവൃത്തിയിൽ നാദം പുറപ്പെടുവിക്കുന്ന ഒറ്റക്കമ്പി വീണപോലെയായി. പക്ഷേ ഒരു നല്ലതിന് വേണ്ടി ഈ ഏകാന്തവാസം പ്രശ്നമാക്കണ്ട എന്ന് മനസ്സ് പറയുന്നു. ഓൺലൈൻ പത്രങ്ങളിലൂടെ നാട്ടിലെ കോവിഡ്

വിശേഷങ്ങൾ അറിയുന്നുണ്ടെങ്കിലും നാട്ടിലെ ബന്ധുക്കളോടും സുഹൃത്തുക്കളേയും വിളിച്ച് ദിവസവും അന്വേഷിക്കും, എന്റെ നാട്ടിലെ കോവിഡ് കഥ എന്തെന്നറിയാൻ.

ഏറ്റവും ഇഷ്ടമുള്ള ഒരു കാര്യമെന്തെന്ന് ആരെങ്കിലും കേട്ടാൽ ഉടൻ ഞാൻ പറയും നല്ല ഭക്ഷണം. ഏറ്റവും ഇഷ്ടമില്ലാത്ത കാര്യമേതെന്ന് ചോദിച്ചാൽ ഉടനേ മനസ്സിൽ വരുന്നത് ഭക്ഷണമുണ്ടാക്കുന്നതും വസ്ത്രങ്ങൾ അലക്കുന്നതും എന്നാകും. ഇന്നത്തെ ഭക്ഷണത്തിന്റെ കാര്യത്തിൽ ഇന്നലത്തേതിന്റെ തനിയാവർത്തനമായതിനാൽ ആവർത്തന വിരസതയുണ്ട്താനും.

മിക്ക ദ്വീപുകളിലും ഒന്നോ രണ്ടോ ഹോട്ടലുകൾ കാണും നാട്ടിലെ പോലെ. കുറച്ച് കൂടെ വലിയ ദ്വീപുകളിൽ ബേക്കറികളും കാണും. ഒരുവിധം ഹോട്ടലുകളിലൊക്കെ ശരാശരി കച്ചവടം നടക്കും. വൈകുന്നരങ്ങളിലും രാത്രിയിലുമാണ് കച്ചവടം ഉഷാറാകുന്നത്. മാലിദ്വീപിലെ തനത് നാടൻ വിഭവങ്ങളായ 'പാബോക്കിബ' 'ബിസ്കീമിയ', 'ബിസ്ഗണ്ടു', 'കുളിബോക്കിബ', 'ബജിയ' കൂടാതെ സോസേജ് ഫ്രൈ, കേക്ക് പീസുകൾ നാട്ടിലെ പോലെ പൊരിച്ച അട തുടങ്ങിയ വിഭവങ്ങളും കിട്ടും കൂടാതെ 'റോഷി', 'മസ് റിഹ' (മീൻ കറി) ചിക്കൻ ഫ്രൈഡ് റൈസ് തുടങ്ങിയ കുറച്ച് കട്ടിയില്ലുള്ള വിഭവങ്ങളും കിട്ടും. ചിലപ്പോൾ ഗ്രൂപ്പുകളായി പാർട്ടി നടത്തുന്നവർ മുൻകൂട്ടി ഓർഡർ നല്കിയും ഭക്ഷണത്തിനായി വരും. എന്നാലും കേരളത്തിലെ പോലെ ഹോട്ടൽ ഭക്ഷണത്തിനായി അമിത വ്യയയം ചെയ്യുന്നവരല്ല ഇവർ. ചില വീടുകളിൽ ഒരു സൈഡ് ബിസിനസ് പോലെ നമ്മൾ ആവശ്യപ്പെടുന്നതിനനുസരിച്ച് ഭക്ഷണങ്ങളും പാർട്ടി കേക്കുകളും തയ്യാറാക്കി കൊടുക്കാറുമുണ്ട്..

അവധി ദിവസമായതിനാലാകാം സ്കൂൾ പിള്ളേർ പലവക പരിപാടിയിലാണ്, ചിലർ ഷട്ടിൽ കളിക്കുന്നു, മറ്റു ചിലർക്ക് സൈക്ലിംഗിലാണ് കമ്പം. വീടിന്റെ പുറക് വശത്തുള്ള വീട്ടിലെ പയ്യൻമാർ സൈക്കിൾ ആകെ മൊത്തം അഴിച്ചിട്ട് റിപ്പയറിംഗിലാണ്. പാത്രം കഴുകാൻ വീടിന് പിൻവശത്ത് ഇറങ്ങിയ എന്നെ കണ്ട് അവർക്ക് പ്രത്യേകിച്ച് ഭാവഭേദം ഒന്നും തോന്നിയില്ല. എന്നെ വെറുതേ ഒന്ന് നോക്കിയ ശേഷം അവർ അവരുടെ പണി തുടർന്നു. ഞാൻ സാവധാനം പാത്രം കഴുകി പരിചയ ഭാവത്തിൽ അവരെ ഒന്നു നോക്കി വീട്ടിനകത്തേക്ക് കയറി.

വൈകുന്നേരം ആറര മണിക്ക് വാതിൽക്കൽ ഒരു മുട്ട് കേട്ടു. പിന്നെ അശരീരി പോലെ ഒരു വിളിയും, വിജിത്താണത്.

"ഷാനു സാർ എല്ലാതും കിട്ടിയില്ല കുറച്ച് പച്ചമുളക്, ചെറുനാരങ്ങ,

തക്കാളിയൊക്കെ കിട്ടി"

വിജിത്ത് പോയ കാര്യം ശരിയായോ എന്ന് ഞാനാരാഞ്ഞു.

അതൊക്കെ ശരിയായെന്ന് അവൻ പറഞ്ഞു.

"എന്തെങ്കിലും ആവശ്യമുണ്ടെങ്കിൽ സാറ് വിളിച്ചാൽമതി"

ശരിയെന്ന് പറഞ്ഞ് ഞാൻ ജനാലയടച്ചു. മറന്നു പോയ ഉച്ചക്കുളി വൈകുന്നേരത്തേക്കാക്കി ചായ കുടിച്ച് വീണ്ടും എഴുത്തിലേക്ക് കടന്നു.

നാട്ടിൽ നിന്ന് വന്നതിന് ശേഷം ഭക്ഷണം കഴിഞ്ഞാൽ ഒരു മധുരം തപ്പൽ പതിവാണ്. ബാഗിന്റെ സിപ്പ് പോക്കറ്റിൽ വെറുതെ തപ്പിയ താണ് ദേ നിൽക്കുന്നു മറന്നു വച്ച കടലമിഠായി. ദിവസാന്ത്യത്തിൽ കട്ടനും കടലമിഠായിയും നല്ല ചേർച്ചയായിരുന്നു.

അടുക്കള ജനലിലൂടെ പുറത്ത് വഴിയരികിലെ ഇലക്ട്രിക് പോസ്റ്റിൽ നിന്നും നല്ല വെളുത്ത പ്രകാശധാര തൊട്ടടുത്തുള്ള ചെറിയ തെങ്ങിന്റെ ഓലകളിൽ വീണു പരക്കുന്നു. പുറത്തെ ചെറുവായു ചലനത്തിൽ ആടുന്ന തെങ്ങോല എന്തോ മൊഴിയുന്നുവോ?

"ഹലോ മിസ്റ്റർ... എന്താണ് നിങ്ങൾക്കൊരു വിഷമം?"

"പുറത്തിറങ്ങാൻ കഴിയാതെ കൂട്ടിലകപ്പെട്ടതു കൊണ്ടാണോ? അത് വെറും രണ്ടാഴ്ചയല്ലേ സാരമില്ല".

"ദ്വീപ് നിവാസികളെ കുറിച്ച് നിങ്ങൾ ആലോചിച്ചിട്ടുണ്ടോ?"

"ഏതായാലും കുറച്ച് ദിവസം കൂടിയല്ലേ ഉള്ളൂ നിങ്ങൾ പോയി നന്നായി ഉറങ്ങൂ".

ഒറ്റപ്പെടലും പാരതന്ത്ര്യവും കൂടപിറപ്പായി ലഭിച്ചവരാണിവർ. ക്രമേണ അവരത് ശീലിച്ചു. ഒരു ദ്വീപിൽ നിന്ന് മറ്റൊരു ദ്വീപിൽ കുടിയേറാനോ, വൈവാഹിക ബന്ധങ്ങളിലോ പോലും അവർക്ക് അധികം താല്പര്യ മില്ല. ഭാരതഖണ്ഡത്തിന്റെ ഭാഗമായിരുന്നു ഈ പ്രദേശം, സ്വതന്ത്ര്യം കിട്ടി ഭാരതം ഇന്ത്യയായപ്പോൾ മിനിക്കോയ് വരെയുള്ളത് അവർ അങ്ങോട്ടെടുത്തു. നല്ല കാലത്തിന് ഇതിന്റെ വിനോദസഞ്ചാര സാധ്യത മനസ്സിലാക്കിയ വെള്ളക്കാരൻ ഇതിനെ ചെറു രാജ്യമായി പ്രഖ്യാപിച്ചതു മുതൽ ഇവരുടെ തലവര തെളിഞ്ഞു എന്ന് വേണം കരുതാൻ. രാജ്യത്തെ പ്രധാന വരുമാനം മത്സ്യബന്ധനവും (ചൂര പിടുത്തം) ടൂറിസവുമാണ്.

കഴിഞ്ഞ കുറേ വർഷങ്ങളായി രാജ്യത്ത പ്രതിശീർഷ വരുമാന ത്തിൽ ഒന്നാം സ്ഥാനം ടൂറിസത്തിനാണ്. വിനോദ സഞ്ചാരം വിക സ്വരമായിരുന്നപ്പോൾ മത്സ്യബന്ധനമായിരുന്നു പ്രധാന വരുമാനം. ശ്രീലങ്കയിലെ പതിറ്റാണ്ടുകൾ നീണ്ടുനിന്ന അഭ്യന്തര കലഹമാണ്

ഒരു തരത്തിൽ ഇവിടെ ടൂറിസം വളരാൻ ഒരു കാരണം. ഇവിടുത്തെ ജനങ്ങൾ പൊതുവേ സമാധാന പ്രിയരാണ്, ഹർത്താലും പണിമുടക്കലുകൾ ഒന്നും തന്നെയില്ല. ഇംഗ്ലീഷ് സംസാര ഭാഷയിലെ മികവ് തുടങ്ങി ഒട്ടേറെ വേറെ കാരണങ്ങളും ഉണ്ട്. ഇതെല്ലാമാണെങ്കിലും ഇപ്പോൾ മാലിദ്വീപ് ലോകത്തിലെ വലുതും ചെറുതുമായ രാജ്യങ്ങളെ പോലെ കടുത്ത സാമ്പത്തിക പ്രതിസന്ധിയിലാണ്. കഴിഞ്ഞ ആറേഴ് മാസങ്ങളായി വിനോദ സഞ്ചാരികളുടെ വരവ് വല്ലാതെ ശോഷിച്ചു. റിസോർട്ടുകളിൽ ജോലി ചെയ്തിരുന്ന നല്ലൊരു ശതമാനം തദ്ദേശീയർക്കും ഇന്ത്യക്കാർക്കും താല്ക്കാലികമായി ജോലി നഷ്ടപ്പെട്ടു. സൂക്ഷ്മ ജീവിയെന്ന പേരിന് കൂടി അർഹതയില്ലാത്ത വെറുമൊരു സൂക്ഷ്മാണു ലോകത്തിന്റെ ഗതി തന്നെ മാറ്റി എഴുതിയിരിക്കുന്നത് നോക്കൂ. മനുഷ്യ ഗർവിനു പ്രകൃതിയുടെ ചെറിയ മറുപടി പോലും നമുക്ക് താങ്ങാനാവില്ല. ഹേ മനുഷ്യാ പ്രകൃതിയെ അറിയൂ... അതിനോട് സന്ധിചെയ്ത് സമരസപ്പെട്ട് മുന്നേറൂ എന്നതാണ് സന്ദേശം.

2019ൽ പതിനഞ്ച് ലക്ഷത്തിലേറെ വിനോദ സഞ്ചാരികൾ ഇവിടെ കാലുകുത്തിയിട്ടുണ്ട്. ആൾ താമസമില്ലാത്ത ദ്വീപുകൾ ലീസിനെടുത്താണ് റിസോർട്ടുകൾ പണിയുന്നത്. തദ്ദേശീയർക്കും, ഇന്ത്യയിലേതുൾപ്പെടെ ഒട്ടുമിക്ക വലിയ ഹോട്ടൽ ശൃംഖലകൾക്കും ഇവിടെ റിസോർട്ടുകൾ ഉണ്ട്. കൂടാതെ ഒഴുകുന്ന ആഡംബര ഹോട്ടലുകൾ എന്ന് വിളിക്കാവുന്ന സഫാരി ബോട്ടുകളിൽ താമസിച്ച് ചൂണ്ടയിടാം ഡൈവിംഗ് നടത്താം. പാക്കേജുകൾ ഒന്നുമില്ലാതെ ഇവിടെ വന്ന് കയ്യിലെ കാശിനനുസരിച്ച് റൂമെടുത്ത് താമസിച്ച് അവനവന്റെ ഇഷ്ടം പോലെ കുളിക്കാനും കളിക്കാനും കുടിക്കാനും മാലിക്ക് തൊട്ടടുത്ത മാഫുഷി ഹിമഫുഷി കൂടാതെ മറ്റു ചില ദ്വീപുകളിലും സൗകര്യമുണ്ട്. ഇത്തരത്തിലുള്ള ദ്വീപ് ടൂറിസം പരിപാടി ഇപ്പോൾ നന്നായി വികസിക്കുന്നുണ്ട്. ഒന്നാമത്തെ കാര്യം ചിലവ് കുറവാണ്. പിന്നെ നിങ്ങൾക്ക് നിങ്ങളുടേതായ സ്വാതന്ത്ര്യമുണ്ട്.

അഞ്ചു മുതൽ ഏഴ് നക്ഷത്രങ്ങൾ വരെയുള്ള റിസോർട്ടുകൾ ഇവിടെ ഉണ്ട്. കയ്യിൽ പൊടിക്കാൻ എത്ര പണമുണ്ട് എന്നത് മാത്രമാണ് ചിന്തിക്കേണ്ടത്. ദക്ഷിണേന്ത്യയിലേയും ബോളിവുഡിലേയും ഒട്ടുമിക്ക നടീനടൻമാരും മറ്റും ഇവിടെ സന്ദർശിച്ചിട്ടുണ്ട്. ഇവിടുത്തെ ഒരു പ്രത്യേകത അനുവദനീയമായ ഹോട്ടലുകളിൽ മാത്രമേ മദ്യം ലഭിക്കൂ. പിന്നെ സെക്സ് ടൂറിസം ഇല്ലേ ഇല്ല.

# നോവുകൾ നിനവുകൾ @14-6

ഞായറാഴ്ച മിക്കയിടത്തും വാരാന്ത്യമാണെങ്കിൽ മാലിദ്വീപിൽ അത് വാരാദ്യമാണ്. ഒന്നു ക്ലാസ്സിൽ കയറിയിട്ട് അഞ്ചാറു മാസങ്ങളായി, ക്ലാസ്സില്ലെങ്കിലും സ്കൂളിൽ പോകുന്ന കുട്ടിപട്ടാളത്തെ കാണാമെന്നോർത്ത് കിടന്നതാണ്. പക്ഷേ ഇന്ന് എഴുന്നേറ്റപ്പോൾ സമയം ഏഴു കഴിഞ്ഞിരിക്കുന്നു. 7.30ക്ക് തന്നെ സൂര്യൻ നല്ല ചൂട് പുറന്തള്ളുന്നുണ്ട്. ഫോണിൽ പതിവ് പരിപാടികൾ കഴിഞ്ഞ് മുഖം കഴുകി തുടച്ചു. കോട്ടൺ അല്ലാത്ത എന്തും അലർജിയാകാവുന്ന വളരെ സെൻസിറ്റീവ് തൊലി അച്ഛന്റെ ജനിതകമാണെന്ന് തോന്നുന്നു. തലയിണയുടെ പോളിയെസ്റ്റർ കവറും രാത്രിയിലെ വിയർപ്പും കാരണം കഴുത്തിന് ചുറ്റും ചൊറിച്ചിലുള്ള കറുത്ത തടിപ്പുകൾ രൂപപെട്ടിട്ടുണ്ട്.

അര മണിക്കൂറിനുള്ളിൽ പെട്ടെന്ന് ആകാശം കാർമേഘാവൃതമായി വെളിച്ചം മറഞ്ഞു, ഒരു മഴ ഞാനും ആഗ്രഹിച്ചു. പക്ഷേ ദൂരെ എവിടെയോ പെയ്ത ഒരു ചെറുമഴയുടെ അകമ്പടി കാറ്റ് വാഴത്തലപ്പുകളെയും തെങ്ങോലകളേയും താരാട്ടുന്നത് ജനാലയ്ക്കകത്ത് നിന്ന് കാണാം. ആ കാറ്റിന്റെ ആശ്വാസം കൊള്ളാൻ വേഗം തന്നെ ജനാലകൾ തുറന്നിട്ടു. അതിനരികിലായി കസേര വലിച്ചിട്ടിരുന്നു. കർട്ടൻ കുറച്ച് മാറ്റിയിട്ട ശേഷം ഫാനിനടിയിൽ കസേരയിട്ടിരുന്ന് വീണ്ടും കുത്തികുറിക്കൽ തുടർന്നു. അഞ്ച് മിനിറ്റിന് ശേഷം ഒരു ചുവപ്പ് സ്പോർട്ട് ടീ ഷർട്ടിൽ മുപ്പത് വയസ്സ് തോന്നിക്കുന്ന ഒരു പുരുഷൻ ഒരു സ്പോർട്ട്സ് സൈക്കിളിൽ പതുക്കെ മുന്നോട്ട് പോയി. മാറി കിടന്ന കർട്ടനിടയിലൂടെ എനിക്ക് അയാളെ വ്യക്തമായി കാണാം. ഒരു മിനിറ്റിന് ശേഷം അയാൾ തിരികെ വന്ന് തുറന്ന ജനാലയ്ക്കപ്പുറം സൈക്കിൾ നിറുത്തി ഞാനിരിക്കുന്ന റൂമിലേക്കൊന്ന് വിശദമായി നോക്കി. ചൂടുകാരണം ഒരു

ലുങ്കി മാത്രമുടുത്താണ് എന്റെ ഇരിപ്പ്. കണ്ടു പരിചയമുള്ള ആളായത് കൊണ്ട് എന്നെ നോക്കിയ മനുഷ്യനെ ഞാൻ ഇടത് കൈപൊക്കി ശബ്ദമില്ലാതെ ഒരു ഹായ് പറഞ്ഞതും യെസ് എന്നോ നോ എന്നോ അറിയാത്ത രീതിയിൽ തല കുലുക്കി അയാൾ സൈക്കിൾ ചവിട്ടി പോയി.

മാറന്നൂവിന്റെ ആകാശത്ത് കാർമേഘങ്ങൾ മറച്ച സൂര്യൻ വീണ്ടും പ്രത്യക്ഷപ്പെട്ടു. പുറത്ത് തീരെ ചെറിയ ഒരു കാറ്റുമുണ്ട്. രണ്ടു മൂന്നു ദിവസമായി രാവിലെ ഭക്ഷണം ഉപ്പുമാവും ഗോതമ്പ് ദോശയും, വല്ലാത്ത ഒരു ആവർത്തന വിരസത. ഇന്ന് എന്തെങ്കിലും മാറ്റിപ്പിടിക്കണം. വിജിത്തിന് ക്ലാസ്സ് കഴിയാൻ 10 മണിയാകും, ഒരു തേങ്ങ കൊണ്ടു വരാൻ പറഞ്ഞിട്ടുണ്ട്. 10.20ന് വിജിത്ത് ഒരു പൊതിയാതേങ്ങ കൊണ്ട് വച്ചു. അപ്പോഴാണ് ഓർത്തത് തേങ്ങ പൊതിക്കാനും ചിരണ്ടാനും ഒരു ചിരവയോ വെട്ടുകത്തിയോ ഒന്നും ഈ വീട്ടിലില്ല. പൊതിയാത്തേങ്ങ അകത്തെടുത്ത് വെച്ച് തേങ്ങയില്ലാ പുട്ടും വിജിത്ത് ഇന്നലെ കൊണ്ടു തന്ന പഴവും കൂട്ടി പ്രാതൽ ഉഷാറാക്കി.

മണി പതിനൊന്ന് കഴിഞ്ഞിട്ടും ഹെൽത്ത് വർക്കർ വിളിച്ചില്ല. എങ്കിലും ഒരു സുഹൃത്ത് വാട്ട്സാപ്പിൽ പോസ്റ്റ് ചെയ്ത കോവിഡ് ലക്ഷണങ്ങൾ ഏതെങ്കിലും ഉണ്ടോന്ന് ഇടക്കിടെ എടുത്ത് നോക്കും. പറഞ്ഞത് പോലെ പനിയും, കഫത്തോടെയുള്ള ചുമയും, ഛർദിയും, വയറിളക്കവുമൊന്നുമില്ല. നന്നായി മണവും കിട്ടുന്നുണ്ട്. ദിവസങ്ങൾ എണ്ണിയെണ്ണി ഇരിക്കയാണ് ഇത് ഒന്ന് കഴിഞ്ഞ് കിട്ടാൻ. ഒരു മുറിക്കുള്ളിലിരുന്ന് വാതില് പോലും നേരേചൊവ്വേ തുറന്നിടാതെ എന്താണെന്ന് ചിന്തിക്കേണ്ടത് എന്ന് വരെ ഒരു ധാരണയില്ലാതെ, ഫോൺ ഒഴികെ യാതൊരുവിധ വിനോദോപാധികൾ ഇല്ലാതെ ഒരു ചത്വരത്തിനുള്ളിലുള്ള ഏകാന്ത തടവ്. തരക്കേടില്ലാത്ത മാനസിക പിരിമുറുക്കത്തിന് ഇത് ധാരാളം. ഈ എഴുത്ത് എനിക്ക് ഇപ്പോൾ വല്ലാത്തൊരു അനുഗ്രഹമാണ്.

പുട്ടും പഴവും ആമാശയത്തിൽ നന്നായി പണി ചെയ്തതിനാൽ അറിയാതങ്ങനെ ഉറങ്ങിപ്പോയി. മണി മൂന്ന് കഴിഞ്ഞിരിക്കുന്നു ചോറ് തിളപ്പിച്ച് വെച്ചതുണ്ട്. തക്കാളി കിട്ടിയത് കൊണ്ട് ഒരു മുട്ടക്കറി അങ്ങ് ഫിറ്റ് ചെയ്തു. ഉച്ചയുറക്കം രാവിലെ കഴിഞ്ഞു. ഇനി എഴുതുക തന്നെ. വെയിൽ മങ്ങി ചൂടിന്റെ കാഠിന്യം നന്നേ കുറഞ്ഞു. വീടിന് മുന്നിലെ മൺ വഴിയിൽ എതിർ വീട്ടുകാരിയും അവരുടെ സുഹൃത്തുക്കളും ഇപ്പോൾ ഷട്ടിൽ കളിക്കയാണ്. പൊതുവേ സ്മാർട്ടായ ആ സ്ത്രീ (പേരറിയില്ല) പടിഞ്ഞാറ് ഭാഗത്ത് നിന്നാണ് കളിക്കുന്നത്. സൂര്യ വെളിച്ചം അവരുടെ

മേൽ പതിക്കുന്നത് കൊണ്ട് അവരുടെ അഴകളവുകൾ കർട്ടനിപ്പുറമിരുന്നാലും കാണാം. കളിക്കാരുടെ മുന്നോട്ടും പിന്നോട്ടുമുള്ള ഓട്ടങ്ങളും ബഹളങ്ങളും ഒരുപാട് നേരം ശ്രദ്ധിക്കാൻ പറ്റുന്നില്ല. എന്തെന്നറിയാത്ത എന്തോ ചിലത് മനസ്സിനെ അസ്വസ്ഥമാക്കുന്നു.

വന്നതിന് ശേഷം ഇന്നാണ് മൂത്ത ചേച്ചിയേയും, ഇളയ അനിയനേയും (കൊച്ചു) വിളിച്ചത്. കൊച്ചുവാണ് പറഞ്ഞത് ചേച്ചിക്ക് വയറ് വേദനക്ക് വലിയ കുറവൊന്നുമില്ല. മാത്രമല്ല തലവേദനയുമുണ്ട്. ആറേഴ ദിവസം മുന്നേ 'തൊടിയിൽ' തറവാട് വീടിന് നാലഞ്ച് വീടപ്പുറം മത്സ്യബന്ധനത്തിന് പോയിക്കൊണ്ടിരുന്ന ഒരു പയ്യന് കോവിഡ് പോസിറ്റീവായത്. അതിനും രണ്ട് ദിവസം മുന്നേയാണ് അമ്മയുടെ മൂന്നാമാണ്ടിന് ഞങ്ങളെല്ലാം തറവാട്ടിൽ ഒന്ന് ഒത്ത് കൂടിയത്. കൊച്ചുവാകട്ടെ ആ കോവിഡ് വന്ന പയ്യനോട് വല്ലപ്പോഴും സംസാരിക്കാറുമുണ്ട്. തൊട്ടപ്പുറത്ത് വന്നാലും ഇപ്പുറത്ത് വന്നാലും പേടിക്കണമല്ലോ. ലത്തീഫിന്റെ പ്രാഥമിക സമ്പർക്കത്തിൽ പെട്ടവരെ ടെസ്റ്റ് ചെയ്തുവെന്നും അവരെല്ലാം നെഗറ്റീവാണെന്നും പറഞ്ഞു. അത് കൊണ്ട് തന്നെ രണ്ടാം സമ്പർക്ക പട്ടികയിൽ പെട്ട അനിയനെയൊന്നും ടെസ്റ്റ് ചെയ്തില്ല.

"ചേച്ചീ എന്താണ് ആരോഗ്യ വിശേഷം"?

"ഒന്നും പറയണ്ട ഷാനു വയറ് വേദനക്ക് പുറമേ ഇപ്പോ ഭയങ്കര തലവേദനയും ഇടക്ക് ഛർദിയും ഉണ്ട്"

"എന്നിട്ട് ബോബൻ ആശുപത്രിയിൽ കൊണ്ടു പോയില്ലേ"

"ഇന്ന് പോയി അവര് പറഞ്ഞു കോവിഡ് ടെസ്റ്റ് ചെയ്യണംന്ന്, ഇത് വരെ പുറത്ത് പോകാത്ത എനിക്കെങ്ങിനെ കോവിഡ് വരാനാ... അവര് നിർബന്ധം പറഞ്ഞപ്പോ ഞാൻ വീട്ടിലേക്ക് പോന്നു"

"ചേച്ചീ ഛർദ്ദി മൈഗ്രേനിന്റെ തുടർച്ചയായിരിക്കും എന്നാലും ഒരു ആന്റിജൻ ടെസ്റ്റ് ചെയ്തോ"

"ചേച്ചീ വിഷമങ്ങൾ എല്ലാവർക്കുമുണ്ടാകും. പക്ഷേ അത് തന്നെ വീണ്ടും വീണ്ടും ചിന്തിച്ചാൽ മനസിന് പ്രയാസം കൂടുകയേ ഉള്ളൂ. കുറച്ചൊക്കെ ഇനി ആത്മീയ കാര്യങ്ങളിൽ ശ്രദ്ധിക്കൂ... പ്രാർത്ഥന പാരായണം എല്ലാം നല്ലതാണ്."

"ശരി നോക്കട്ടെ"

"നിന്റെ ഹാലെന്താണ്"

"ഞാനിവിടെ ക്വോറന്റൈനിലാണ് അത് കഴിഞ്ഞേ ജോയിൻ ചെയ്യുകയുള്ളൂ"

"ഷാനു ഭക്ഷണമൊക്കെ എങ്ങനെ"

"അതൊക്കെ ഒരു വഴിക്ക് നടക്കും. കിട്ടണത് കൊണ്ട് കാട്ടിക്കൂട്ടും"

"ന്നാ... ശരി ഞാൻ പിന്നെ വിളിക്കാം ചേച്ചി"

ഒരുപാട് ചിന്തിക്കുമ്പോൾ ടെൻഷനും സ്ട്രെയിനും കൂടുകയേ ഉള്ളൂ. ചിലപ്പോൾ മറ്റുള്ളവരുടെ വിഷമങ്ങൾ നമ്മുടേതുമായിപ്പോകും അപ്പോ ടെൻഷൻ വീണ്ടും കൂടുകയല്ലാത്തെ കുറയുകയില്ല. പഴമക്കാര് പറയണത് സത്യാണ് 'ചിന്തിച്ചാല് അന്തമില്ല; ചിന്തിച്ചില്ലേല് ഒരു കുന്തവുമില്ല'. വളരെ നല്ല നാടൻ മനഃശാസ്ത്രം.

ചേച്ചി പറഞ്ഞറിഞ്ഞതാണ് മൂത്ത അളിയന്റെ (ജീവിച്ചിരിപ്പില്ല) ഇളയ അനിയൻ ബാലുവേട്ടന് പോലീസ് ക്യാമ്പില് സപ്പോർട്ട് സ്റ്റാഫായി ജോലി ഉണ്ടായിരുന്നു ഇപ്പോ പെൻഷനായി. ഒരു മകൻ ഒരു മകൾ ഐഡിയൽ അണു കുടുംബം. പക്ഷേ മകൻ കുറച്ച് കാലം ഗൾഫിൽ നിന്ന് നാട്ടിൽ തിരിച്ചെത്തി. ഇപ്പോൾ പ്രത്യേകിച്ച് ഒന്നും ചെയ്യുന്നില്ല. മകൾ വിവാഹം കഴിഞ്ഞു പോയി. സ്വന്തമായുള്ള വീട് ഈയിടെ വാങ്ങിയതാണ് പല ലക്ഷങ്ങൾ ലോണുണ്ട്. കഴിഞ്ഞ മാസം ടിയാന്റെ ഭാര്യ കോലായിപ്പടിയിൽ തെന്നിവീണ് കൈക്കുഴ തെറ്റി ആകെ പുകിലായി. ചുരുക്കി പറഞ്ഞാൽ സർജറി. പിന്നെ അത് ഇത് എല്ലാം കൂടി ഒന്നര ലക്ഷത്തിനടുത്തായി. ഇന്നത്തെ വാർത്ത പുള്ളിക്കാരന് നെഞ്ച് വേദന വന്ന് ആശുപത്രിയിലായി എന്ന്. മൂന്ന് ബ്ലോക്കുണ്ടത്രേ ചുരുങ്ങിയത്, അടിയന്തിരമായി ശസ്ത്രക്രിയ ചെയ്യണം അതിനും വേണം കുറഞ്ഞത് ഒന്നേമുക്കാൽ ലക്ഷം. ചെറിയ പെൻഷനല്ലാതെ വേറെ വരുമാനമൊന്നുമില്ല അങ്ങേർക്ക്. പയ്യന് സ്ഥിരവരുമാനമില്ല. ആൻജിയോപ്ലാസ്റ്റിക്ക് വേണ്ടി എന്തു ചെയ്യുമെന്നറിയാതെ നിക്കാണ്.

ഇന്ന് ഒരു വാർത്ത കണ്ടു. മൂന്ന് നില കെട്ടിടത്തിന് മുകളിൽ നിന്ന് വീണയാൾ ഒരു പരിക്കുമേൽക്കാതെ രക്ഷപ്പെട്ടു എന്ന്. ചില കാര്യങ്ങളിൽ ഒരു കാര്യകാരണവും ശാസ്ത്രീയ ചിന്തയും പ്രയോഗത്തിൽ വരില്ല. വീണവനും വീഴാത്തവനും ദൈവമേ എന്ന് മേലോട്ട് നോക്കി വിളിക്കയല്ലാതെ വേറെ ഒരു മാർഗവുമില്ല.

എന്തായാലും രാത്രി മേല് കഴുകി പത്ത് മണിക്ക് തന്നെ ഭക്ഷണം കഴിച്ചു. കിച്ചന് വെളിയിലാണ് പാത്രം കഴുകാനുള്ള സംവിധാനം. പെട്ടെന്നാണ് അത് ശ്രദ്ധയിൽ പെട്ടത് തക്കാളി പേസ്റ്റിന്റെ ഒരു ടിൻ മണ്ണിലൂടെ നടന്ന് പോകുന്നു. ചെറിയ ഒരു ഞെട്ടലും ഒട്ടൊരു കൗതുകത്തോടെയും അത് നോക്കി നിന്നു. പെട്ടെന്ന് തന്നെ എനിക്ക് കാര്യം പിടികിട്ടി അത് പേയും പിശാചുമൊന്നുമല്ല വലിയ ഒരു സന്യാസി

ഞങ്ങൾ ചെയ്യുന്നതുപോലെ ഞണ്ടാണ്. സാധാരണ ശംഖിന്റേയും കക്കയുടെയും തോടുകളാണ് മൂപ്പർ കവചമാക്കുന്നത്, ചിലപ്പോൾ ഇതുപോലെ ചെറിയ ടിൻ, സ്റ്റീൽ ഗ്ലാസുകൾ എന്നിവയും പുള്ളിക്കാരൻ പുറംചട്ടയായി അണിയും. കുറച്ച് നേരം ഈ കൗതുകം നോക്കി നിന്ന് പാത്രം കഴുകി അടുക്കളയടച്ചു. ഇനി ഉറക്കം വരുന്നത് വരെ ഫോൺ തന്നെ ശരണം.

# നോവുകൾ നിനവുകൾ @14-7

ഉറക്കത്തിൽ തുടർച്ചയായ ശ്ർർർ..... ശബ്ദം അവഗണിക്കാനാവാതെ വന്നപ്പോൾ വേണ്ടീട്ടും വേണ്ടാഞ്ഞിട്ടും കണ്ണുമിഴിച്ച് മുകളിലേക്ക് നോക്കി. അതിശക്തമായ മഴ കോരിച്ചൊരിയുന്നു മഴതുള്ളികൾ ശക്തമായി മേൽക്കൂരയിൽ വീഴുന്ന ശബ്ദമാണത്. ചെറിയ ഒരു സന്തോഷം മനസ്സിൽ തോന്നി. വന്ന അന്ന് തൊട്ട് രാവിലെ മുതൽ വൈകുന്നേരം വരെ ശക്തമായ ചൂടായിരുന്നു. ചൂട് കൊണ്ട് കഴുത്തിന്റെ മുൻപിൻ മടക്കുകളിൽ തൊലിയിൽ ചെറുവിള്ളിച്ചയും ചൊറിച്ചിലും അടിക്കടിയുണ്ട്. അടുത്ത് കിടന്ന ഫോണിന്റെ ഓൺ ബട്ടൻ ഒന്നു തൊട്ടു. സ്ക്രീനിൽ സമയം പുലർച്ചെ നാല് മണി എന്ന് കാണിക്കുന്നു. ഒരു മണിക്കൂറിലേറെ ആ മഴ പെയ്ത് തോർന്നു. ചെറുതായൊന്നു കർട്ടൻ മാറ്റി പുറത്തേക്ക് നോക്കി. ഇന്നലെ ഷട്ടിൽ കളിച്ച മൺപാത തോടിനു സമാനം വെള്ളം നിറഞ്ഞ് നില്ക്കുന്നു. തെരുവിളക്കിന്റെ വെളിച്ചത്തിൽ മൺപാതയിലെ മഴതുള്ളികിലുക്കം ഒരു കൊച്ചു കുട്ടിയെപ്പോലെ കുറച്ച് നേരം നോക്കിയിരുന്നു. അഹമ്മദ് ബേബേയുടെ (ജ്യേഷ്ഠൻ) സുബഹ് ബാങ്ക് വിളി പോലും വിറച്ച് വിറച്ചാണ് എന്ന് തോന്നിപ്പോയി. മഴതണുപ്പിന്റെ കുളിര് കോരി വീണ്ടും ഒന്നുകൂടി ചരിഞ്ഞ് കിടന്നു.

പതിവ്പോലെ ഉറക്കമുണർന്ന് ആദ്യം നോക്കിയത് മൺ പാതയിലെവിടെയെങ്കിലും വെള്ളം കെട്ടി നില്ക്കുന്നുണ്ടോ എന്നാണ്, അവിടെ ഒരു തുള്ളി വെള്ളം പോലുമില്ല. ഇതാണ് മാലിദ്വീപ് മഴവെള്ളം ആദ്യം മണ്ണ് കുടിക്കും പിന്നെ കടലിലേക്ക് ഒഴുകും. ജലം കെട്ടിനിറുത്തുന്ന തടാകങ്ങളോ കുളങ്ങളോ ഇല്ല (ചുരുക്കം ചില ദ്വീപുകൾ ഒഴികെ). അത് കൊണ്ട് മഴ പെയ്യുന്ന അന്ന് മാത്രമേ തണുപ്പ് ഉണ്ടാവുകയുള്ളൂ. സ്ഥായിയായ ഭാവം ഉഷ്ണം തന്നെ.

പ്രാത്രം കഴുകാൻ അടുക്കളയിൽ നിന്ന് പുറത്തേക്കുള്ള വാതിൽ തുറന്നപ്പോൾ സ്കൂളിൽ ആദ്യ ബെൽ കഴിഞ്ഞ് മായിഷാൽ ഖുറാൻ ചൊല്ലുന്നത് വ്യക്തമായി കേൾക്കാം. മുറ്റത്തെ പച്ച പടർപ്പുകൾക്കി ടയിൽ ഒരു കാട്ടുകോഴി ഓടാൻ പാകത്തിന് പമ്മിപമ്മി തന്റെ ചുവന്ന ചുണ്ട് കൊണ്ട് മണ്ണിൽ എന്തോ തിരയുന്നു. തട്ടും മുട്ടും കൂടിയപ്പോൾ അത് എങ്ങോട്ടോ ഓടി മറഞ്ഞു. കഴുകി കൊണ്ടിരിക്കേ എന്തോ ഒരു ഓർമ്മ മനസ്സ് തെര്യപ്പെടുത്തുന്നു. അതെ പുറത്തുള്ള സിങ്കിൽ ഞാൻ ഒരു ചായക്കപ്പ് എടുക്കാൻ വെച്ചു മറന്നു. കാറ്റത്തോ മഴയത്തോ അത് താഴെ വീണോ എന്ന് നോക്കി, ഇല്ല പിന്നെ അത് എവിടെ പോയി?. ഏതായാലും ചായ കുടിക്കാൻ ഗ്ലാസ്സ് വേറെ ഉള്ളത് കൊണ്ട് അതവിടെ വിട്ടു.

തിരക്ക് കൂടിയ തലസ്ഥാനം പിന്നെ സീനു അത്തോളിലെ ചില ദ്വീപുകൾ('അഡ്ഡു') ഒഴിച്ചാൽ മിക്കവാറും എല്ലാ ദ്വീപുകളിലും കേരള ത്തിലെ പോലെ ഗ്രാമീണ അന്തരീക്ഷമാണ്. അവിടെ കാണുന്ന ഒരു വിധം എല്ലാ ചെടികളും ഇവിടെ കാണും പക്ഷേ ഒരു സവിശേഷത ഇവിടെ ദ്വീപിനു ചുറ്റും കടലോരം വരെ വ്യാപിച്ച് കിടക്കുന്ന കണ്ടൽ ചെടികളാണ്. വേലിയേറ്റ സമയത്ത് താഴ്ന്ന സ്ഥലങ്ങളിൽ അടിയുന്ന ചളിയും പൊടിയും ഈർപ്പം തങ്ങുന്ന മണ്ണും ഉള്ള തീരങ്ങളിൽ ഇവ കൂട്ടതലായി കാണും. ജലത്തിലെ ഉപ്പിന്റെ സാന്നിധ്യത്തിലും അവ വളരും. ചിലയിനങ്ങൾക്ക് വേര് മണ്ണിന് മുകളിലേക്ക് വളർന്ന് കുറ്റി വേരുകളുടെ ഒരു പടലം തന്നെ കാണാം. വേലിയേറ്റത്തിൽ തീരം കടലെടുക്കാതെ കാക്കുന്നത് ഈ കണ്ടൽ പടർപ്പുകളാണ്.

തെങ്ങൊഴികെ വൃക്ഷങ്ങളുടെ ഗണത്തിൽപ്പെട്ട പേരാല്, പൂവരശ്, മാവ്, കടപ്ലാവ് തുടങ്ങിയ വൃക്ഷ തൈകൾ ഒക്കെ തന്നെയും ഇവിടെ അധികം ഉയരത്തിൽ ഇവിടെ വളരാറില്ല പകരം ഒരു നിശ്ചിത ഉയര മെത്തിയാൽ പിന്നെ ശിഖിരങ്ങൾ തിരശ്ചീനമായി പടരുകയാണ് ചെയ്യുന്നത്. കടലിന്റെ നടുക്ക് സ്ഥിതി ചെയ്യുന്ന ദ്വീപുകളിൽ ആറു മുതൽ എട്ടടി വരെയേ മൺപാളിയുള്ളൂ അതിനടിയിൽ ദ്രവിച്ച പവിഴ പുറ്റിന്റെ ഭാഗങ്ങളാണ് ആ ഭാഗത്ത് സമുദ്രജല സാന്നിധ്യമുണ്ട്. അത് കൊണ്ടാകാം വട വൃക്ഷങ്ങളിൽ വേരും ശിഖിരങ്ങളും തിരശ്ചീനമായി പടരുന്നത്.

പ്രാതൽ കഴിഞ്ഞ് ഉച്ചയൂണ് തരമാക്കി വെക്കുമ്പോഴേക്കും നേര മൊരുപാടങ്ങ് പോയി. വിസ തീർന്ന് വന്നത് കൊണ്ട് നാട്ടിലേക്ക് മാസാമാസം പണം ട്രാൻസ്ഫർ ചെയ്യേണ്ടതിലേക്ക് അത്യാവശ്യ മായി മാലേ സ്റ്റേറ്റ് ബാങ്കുമായി ചില ഇമെയിൽ ഇടപാടുകൾ, ആപ്പ്

ഡൗൺലോഡുകൾ എന്നിവ നടത്തണ്ടതുണ്ടായിരുന്നു. എല്ലാം കഴിഞ്ഞ് സ്വസ്ഥമായപ്പോൾ കർട്ടനിടയിലൂടെ പുറത്തെ പ്രകൃതിയിലേക്കൊന്നെത്തി നോക്കി. മൺ പാതയും വീടിന്റെ പ്ലോട്ടും അതിരിടുന്ന വരമ്പിൽ വിവിധ കളറിലകളുള്ള ക്രോട്ടൻ ചെടിയും ഞൊട്ടാനൊടിയനുമൊക്കെ മതിയാവോളം ജലപാനം ചെയ്ത് അത്യുൽസാഹത്തിലാണ്. മണിക്കൂറുകൾക്ക് മുൻപ് അതിശക്തമായ മഴ ചെയ്തു എന്നതിന് ഏകതെളിവ് വെള്ളം പൊങ്ങി വീടിന്റെ തിട്ടയിലടിഞ്ഞുകൂടിയ ഉണക്കയിലകളുടെയും ചളിയുടേയും ഒരു നേർത്ത അതിര് മാത്രം. മാനത്ത് അങ്ങിങ്ങായി കട്ടി കുറഞ്ഞ വെൺ മേഖങ്ങൾ ഊതി പറന്ന പഞ്ഞി കണക്ക് ഒഴുകി നടക്കുന്നുണ്ട്. ഞാനിതെത്ര കണ്ടതാ എന്ന മട്ടിൽ സൂര്യൻ വീണ്ടും ജ്വലിച്ച് നില്ക്കുന്നു.

ഏകാന്തതയും ഒറ്റപ്പെടലും എന്താണെന്ന് അറിയണമെങ്കിൽ അത് അനുഭവിക്ക തന്നെ വേണം. ഒരു വ്യക്തി ഊണും ഉറക്കവുമൊഴികെ വേറൊന്നും ചെയ്യാനില്ലാതെ എന്ത് ചിന്തിക്കണമെന്ന് വരെ തിട്ടമില്ലാത്ത ഒരവസ്ഥ! കൊടൂരം തന്നെയത്. ഇതു കൂടാതെ നമ്മുടെ ചലനം വരെ പരിമിതപ്പെടുത്തിയാൽ ഒരു സാധാരണ മനുഷ്യനെ സംബന്ധിച്ചിടത്തോളം ചിത്തഭ്രമത്തിന് വേറെ അധികം കാരണങ്ങളൊന്നും വേണ്ട. പറഞ്ഞോണ്ട് വന്നത് ഒരു വീട്ടിൽ അത്യാവശ്യം ചലിക്കാനും, ചുരുങ്ങിയത് അത്യാവശ്യത്തിന് വിളിക്കാനും, ഫോൺ മുഖേന പുറം ലോകം അറിയാൻ സൗകര്യമുണ്ടായിട്ട് കൂടി ഞാൻ ഇത്രമേൽ അസ്വസ്ഥനാകുന്നുവെങ്കിൽ അവരുടെ സ്ഥിതി എന്തായിരിക്കും?

കാലാപാനി എന്ന് വിളിക്കുന്ന ആൻഡമാൻ ജയിലിലെ 9 x 15 അടിയിലുള്ള അറകളിൽ വെളിച്ചത്തിന് 9 അടി മുകളിൽ ഒരു ചെറു ജനാല മാത്രമുള്ള പരസ്പരം കാണാനാകാതെ സെല്ലുലാർ ജയിലിൽ തടവിലാക്കപ്പെട്ട നമ്മുടെ സ്വതന്ത്ര്യസമര സേനാനികൾ വർഷങ്ങളോളം അവിടെ തടവിലാക്കപ്പെട്ടിട്ടും ഭ്രാന്ത് പിടിക്കാതെ പോയെങ്കിൽ അത് അവരുടെ ഉള്ളിൽ കെടാതെ കത്തികൊണ്ടിരുന്ന സ്വതന്ത്ര്യ സമരജ്വാല ഒന്നു മാത്രമാകും. അവരുടെ ത്യാഗത്തിന് മുന്നിൽ ശിരസ്സ് നമിക്കുന്നു.

ഇന്നത്തെ ഷട്ടിൽ കളി മൂന്ന് നാല് ക്ലസ്സുകളിൽ പഠിക്കുന്ന പെൺകുട്ടികളുടെ വകയാണ്. എല്ലാവരും കൈയ്യും കാലും മൂടിയിട്ടുള്ള ലോംഗ് പാന്റും ടോപ്പുമാണ്. തലയിൽ നല്ല ഒരു തട്ടവും. നാട്ടിലെ ഓത്തുപള്ളിയിൽ പോകുന്ന ഉമ്മുകുൽസുമാരെ ഓർമ്മവരും. നല്ല എളിമയും വിനയവുമുള്ള മക്കൾ. പക്ഷേ ആൺകുട്ടികൾക്ക് സ്വല്പം കുറമ്പ് കൂടും. ഇവിടുത്തെ ചെറിയ ജനസംഖ്യയിൽ നൂറ് ശതമാനം പേരും മുസ്ലിംകളാണ്. ചരിത്രം

തേടി പോയാൽ 12 നൂറ്റാണ്ട് വരെ ഏകദേശം 1400 കൊല്ലം ഇവിടെ ബുദ്ധിസം നിലനിന്നിരുന്നു. അവസാനത്തെ ബുദ്ധിസ്റ്റ് രാജാവ് മുസ്ലിം മതം സ്വീകരിച്ചതോട് കൂടി മുഴുവൻ മാലിദ്വീപിലും മുസ്ലീം പരിവർത്തനം നടന്നു എന്നു പറയുന്നു. മലബാറിലെ അറക്കൽ രാജവംശമാണ് നൂറ്റാണ്ടുകളോളം ഇവിടെ ഭരിച്ചിരുന്നത് എന്ന് വേറെ ഒരു ഭാഷ്യമുണ്ട്. വടകര അറക്കൽ മ്യൂസിയത്തിൽ അതിന്റെ രേഖകളും പുരാതന നാണയങ്ങളും സംരക്ഷിക്കപ്പെട്ടിട്ടുണ്ട്.

എല്ലാവർക്കും തുല്യമായി വീതിക്കപ്പെട്ടതും ആരെക്കൊണ്ടും പിടിച്ചു വെക്കാനാകാത്തതുമായി ഒന്നേ ഉണ്ടാകാൻ തരമുള്ളൂ അത് സമയമാണ്. ഇന്ന് ക്വാറന്റൈൻ പകുതിയായിരിക്കുന്നു. ഇനി ഏഴ് ദിവസങ്ങൾക്കുള്ളിൽ അത് തീരും. കോവിഡ് ടെസ്റ്റിനെ കുറിച്ച് വേവലാതിയില്ല. കാരണം റിസൾട്ട് നെഗറ്റീവ് ആണെന്ന് കട്ടായം. എഴുത്തിന്റെ കൂടെ ഇന്റർനെറ്റ് ബ്രൗസിംഗ് ഉള്ളത് കൊണ്ട് കുറേയൊക്കെ സമയത്തിന്റെ വിരസത അകറ്റാം. പക്ഷേ ഇന്ന് അപ്രതീക്ഷിതമായി നെറ്റ് ഡാറ്റ പൂർണ്ണമായും തീർന്നു പോയി. കുടിക്കാനുള്ള വെള്ളം തീർന്നുപോയെന്ന് പറഞ്ഞാൽ ഒരുപക്ഷേ നാളെയാവട്ടെ എന്ന് കരുതും. പക്ഷേ ഡാറ്റ തീർന്നാൽ സഹിക്കാൻ പറ്റൂല. വല്ലാത്ത ഒരു ശ്വാസംമുട്ടൽ, നെഞ്ചിലൊരു കിരുകിരുപ്പ്, വളരെയേറെ ശ്രമങ്ങൾക്കൊടുവിലാണ് സ്വന്തം ഫോണിൽ നിന്ന് ആപ്പ് വഴി നെറ്റ് റീചാർജ് ചെയ്തത്. ആ ആശ്വാസത്തിൽ രാത്രി ഭക്ഷണത്തിന് മുന്നേ ഉറങ്ങിപ്പോയി, പിന്നെ എഴുന്നേറ്റപ്പോൾ സമയം പതിനൊന്നര. റൂമിൽ സദാസമയവും ഫാൻ കറങ്ങുന്നുണ്ട് എന്നാലും വിയർപ്പിന് ഒരു കുറവുമില്ല. ഇതിനകം കുളി രണ്ടെണ്ണം കഴിഞ്ഞു ഇനി രാത്രി ഭക്ഷണത്തിന് ശേഷം ഒന്നു കൂടി മേല് കഴുകിയാൽ അതിശയമേതുമില്ല.

# നോവുകൾ നിനവുകൾ @14-8

പുലർച്ചെ ഉറക്കത്തിൽ ഒരു ചെരിവിലേക്ക് ഉരുണ്ട് പോകുന്നതായി ഒരു പ്രതീതി, അത് സ്വപ്നമാണോ എന്ന് ഒരു തോന്നൽ പക്ഷേ അത് സ്വപ്നമല്ല എന്ന് മനസ്സിലായപ്പോൾ പതുക്കെ എഴുന്നേറ്റ് നോക്കി. ആ ചെരിവ് വാസ്തവം തന്നെയാണ്, കടലിന്റെ ഫ്രെയിമിനകത്ത് ബെഡ് താങ്ങുന്ന ഒന്നുരണ്ട് ബോർഡുകൾ അതിന്റെ സപ്പോർട്ടിംഗ് വള്ളിൽ നിന്നും ഇളകി താഴോട്ട് ചരിഞ്ഞിരിക്കുന്നു. അതിപ്പോ ശരിയാക്കുമ്പോഴേക്കും ഉള്ള ഉറക്കം പോകുമെന്ന് കരുതി ബെഡിന്റെ ചരിയാത്ത ഭാഗത്തേക്ക് ഒതുങ്ങി വീണ്ടും കിടന്നുറങ്ങി.

ഓ... ഇന്ന് എട്ടാം ദിവസത്തിലേക്ക് എന്നുമെന്ന പോലെ എന്റെ ഫോണിന് ഒരു മുഴുനീള അഭിവാദ്യമർപ്പിച്ച്, ചാർജ് 100 ശതമാനം ഉണ്ടെന്ന് ഉറപ്പ് വരുത്തി, എന്തെല്ലാം നോട്ടിഫിക്കേഷൻസ് വന്നു എന്നു നോക്കിയശേഷം ബ്രഷും പേസ്റ്റുമെടുത്ത് മുറിയിൽ കസേരയിൽ വന്നിരുന്ന് തേപ്പ് തുടങ്ങി. ചെറുനാരങ്ങയുടെ നീരിന് (വിറ്റമിൻ-സി) കോവിഡ് വൈറസിനെ പ്രതിരോധിക്കുമെന്ന് വിദഗ്ദ മതം. മാത്രമല്ല അതിന് കൊഴുപ്പിനെ അലിയിക്കാനുള്ള ശക്തിയുണ്ടെന്നും പറയുന്നു. ഒരു ചെറുനാരങ്ങ മൂന്നിലൊന്ന് പിഴിഞ്ഞ് ലൈം കട്ടനും റസ്കും കഴിച്ച് വീണ്ടും റൂമിൽ വന്നിരുന്ന് പതിവ് പരിപാടികൾ തുടങ്ങി.

ഒൻപത് മണിക്ക് തന്നെ വെയിലിന് നല്ല ചൂടുണ്ട് പക്ഷേ വെളിയിൽ ചെറിയ കാറ്റുമുണ്ട്. കുറച്ച് ശുദ്ധവായു റൂമിലേക്ക് ആവാഹിക്കാൻ ഫാൻ ഓഫ് ചെയ്ത് ജനാലകൾ തുറന്നിട്ടു. അപ്പോഴാണ് രണ്ട് കാക്കകൾ ചാഞ്ഞു പറക്കുന്നത് കണ്ടത്.

മാലിദ്വീപിലെ കാക്കകൾ പൊതുവേ ദൗർഭാഗ്യവാൻമാരാണ്, ആരോഗ്യവും കുറവാണ് കാരണം നിത്യേന സുഭിക്ഷമായി കഴിയാനുള്ള

ഭക്ഷണാവശിഷ്ടങ്ങളൊന്നും അവയ്ക്ക് ഇവിടെ ലഭിക്കാറില്ല, പൂച്ചകളുടെ സ്ഥിതിയും വിഭിന്നമല്ല. ഇടയ്ക്കിടെ എന്റെ തൊടിയിലേക്ക് സന്ദർശക നായെത്തുന്ന മഞ്ഞ നിറമുള്ള ആ പൂച്ചയെ 'ടാങ്കോ' എന്നാണ് ഞാൻ വിളിക്കുന്നത്.. അതിദയനീയമാണ് ടാങ്കോയുടെ അവസ്ഥ. അവന്റെ ഇടത്തേ കണ്ണും ഇടത്തേ കാലും ആരോ അടിച്ച് പീസാക്കിയിട്ടുണ്ട്. പഴുത്ത് നീരൊലിക്കുന്ന ആ കണ്ണും ഞൊണ്ടിയ കാലും കണ്ടാൽ ഏതൊരാളുടേയും മനസ്സൊന്നു നോവും. കാര്യം ശരിയാണ് വിശപ്പിന്റെ വിളി സഹിക്കാണ്ട് ഏതോ വീട്ടിൽ നിന്ന് എന്തോ കട്ട് ഭക്ഷിച്ചിട്ടുണ്ടാകും. എന്നാലും അതിനും വേണ്ടി ഇമ്മാതിരി അടി, ഇത് ഇത്തിരി കടന്ന കയ്യായിപ്പോയി.

സ്കൂളിൽ ആദ്യ സെഷൻ തീരുന്ന ബെല്ലടിച്ചു. വിജിത്ത് ഉടൻ വരും മാലി സ്റ്റേറ്റ് ബാങ്കിൽ നിന്ന് നാട്ടിലേക്ക് പണമയക്കാനുള്ള ഫോമും കൊണ്ട് .

അധികം താമസിയാതെ ജനാലയ്ക്കൽ ഒരു മുട്ട് കേട്ടു.

"വിജിത്തേ ആ ജനാലയിൽക്കൂടി ഇട്ടോ" അടുക്കളയിൽ നിന്നും ഞാൻ വിളിച്ചു പറഞ്ഞു. ഭക്ഷണം പാകം ചെയ്യൽ ഒരു പണി തന്നെയാണ് കേട്ടാ.

ഇന്ന് പ്രകൃതി പ്രസന്ന വദനയാണ്. ചൂട് അത്ര ഗംഭീരമല്ല. കൂടാതെ വൃക്ഷതലപ്പുകൾ അധിക സമയവും ഇളകിയാടുന്നുണ്ട് അത് കൊണ്ട് സ്വാഭാവികമായും. റൂമിലെ ഉഷ്ണത്തിനിത്തിരി കുറവുണ്ട്. പണമിടപാട് സംബന്ധിച്ച് ബാങ്കുകളിലേക്കും, ഫോൺ സിം ബ്ലോക്ക് ആയതിനെ കുറിച്ച് ഫോൺ കമ്പനിക്കും ഇമെയിലുകൾ മറ്റു റഫറൻസുകൾ, അങ്ങനെ ഫോണിൽ നല്ലൊരു സമയം ചിലവഴിച്ചു. ഭക്ഷണ ശേഷം പാത്രം കഴുകാൻ വെളിയിലേക്ക് പോയതും ഒരു തെങ്ങിൽ നിന്നും ഒരാൺകുയിൽ പറന്നകന്നു. ഞാനോർത്തു ഇതുങ്ങളുടെ പാട്ടുകളൊന്നും കേട്ടില്ലല്ലോ എന്ന്. ഒരുപക്ഷേ ഇപ്പോൾ ഇണ ചേരുന്ന സമയമല്ലാത്ത തിനാലാകാം. അതോ അവരുടെ പാട്ടിന്റെ സമയത്ത് ഞാനുറങ്ങിപ്പോ കുന്നത് കൊണ്ടാണോ?

പലരും ചോദിച്ച് കേട്ടിട്ടുണ്ട് ലക്ഷദ്വീപ് തന്നെയല്ലേ മാലിദ്വീപ് അതോ മാലിദ്വീപ് വേറെ രാജ്യമാണോ എന്നൊക്കെ. ഇപ്പോൾ വേറെ രാജ്യമാണ്. പക്ഷേ ലക്ഷദ്വീപിന്റെ തുടർച്ച തന്നെയാണ്. പതിനാ യിരക്കണക്കിന് വർഷങ്ങൾക്ക് മുന്നേ സമുദ്രാന്തർഭാഗത്ത് ഭ്രവല്ക്ക ശിലാഫലകങ്ങളുടെ ചലനവുമായി ബന്ധപ്പെട്ട് കടലിനകത്ത് രൂപ പ്പെട്ട കുന്നിൻ മടക്കുകൾക്ക് മുകളിൽ ഉണ്ടായ ദ്വീപുകൾ കടലടിച്ച്

ക്ഷയിച്ചപ്പോൾ അതിനു ചുറ്റും പവിഴപ്പുറ്റ് ജീവികൾ നൂറ്റാണ്ടുകളോളം പണിയെടുത്ത് പടുത്തുയർത്തിയതാണ് ഈ പവിഴ ദ്വീപുകൾ. ജീവനുള്ള ചില മൃദു സൂക്ഷ്മജീവികളാണ് അവർ. ശരീരത്തിന് ഒരു സംരക്ഷണ കവചമായി അവർ പുറപ്പെടുവിക്കുന്ന കക്കയുടേതിന് സമാനമായ മിശ്രണങ്ങളാണ് കാലാന്തരത്തിൽ ഭീമാകാരമായ ദ്വീപുകളും പുറ്റുകളുമായി മാറുന്നത്. പിന്നീട് അതിൽ മുകളിൽ മറ്റു ജീവജാലങ്ങൾ ഉരുവാകുന്നു ഏറ്റവും അവസാനം മനുഷ്യൻ അവിടെ കുടിൽ കെട്ടി ഇതിന്റെയെല്ലാം അധിപനാകുന്നു.. പ്രകൃതി എന്നും ഒരു അതിശയ കലവറ തന്നെ.

സൂര്യന്റെ പ്രഭാവത്താൽ മന്വന്തരങ്ങളിലൂടെ രൂപാന്തരപ്പെട്ട് സ്വയം സംതുലിതമാണ് പ്രകൃതി. അതിനോടിണങ്ങി ജീവിക്കാൻ മനുഷ്യനാവുമെങ്കിൽ ഇത്രയും പ്രശ്നങ്ങളുണ്ടാകില്ലായിരുന്നു. മനുഷ്യൻ പ്രകൃതിയുടെ അധിപനായി സ്വയം അവരോധിച്ച് പ്രകൃതിയെ ചവിട്ടിമെതിക്കാൻ തുടങ്ങിയതാണ് മനുഷ്യന്റെ പരാജയം. വികസനം, ഭക്ഷണം, ഊർജ്ജം, ഭവനം എന്നീ ആവശ്യങ്ങൾ ഇനിയും കൂടുതൽ കൂടുതൽ എന്ന ത്വരയോടെ പ്രകൃതിയെ മർദ്ദിച്ചും വിഷമയമാക്കിയും മനുഷ്യൻ സ്വയം കുഴി കുഴിച്ചു കൊണ്ടിരിക്കുന്നു. പക്ഷേ പ്രകൃതിക്ക് അതിന്റെ സ്വാഭാവികമല്ലാത്ത മാറ്റങ്ങളും തുടർന്നുള്ള അസംതുലിതാവസ്ഥയും ഉൾക്കൊള്ളാനാവാതെ വരുമ്പോൾ അത് സംതുലിതാവസ്ഥ കൈവരിക്കാൻ പലതും ചെയ്യും അതാണ് നമ്മൾ ഇപ്പോൾ കണ്ട് കൊണ്ടിരിക്കുന്നത്. മനുഷ്യന് ഗണിച്ച് തീർക്കാനാവാത്തവിധം സൂക്ഷ്മജീവികൾ ഇവിടെ വസിക്കുന്നുണ്ട് നമ്മൾ അറിയാതെ, കാണാതെ. അവയെ നമ്മൾ അറിഞ്ഞോ അറിയാതെയോ വലിച്ച് പുറത്തിടുന്നു. എന്നിട്ട് പഴി ചോദിച്ച് വാങ്ങുന്നു. കൊറോണയെന്ന പുതിയ ഒരംഗം ഇന്ന് കോവിഡ് നമുക്ക് ദാനം തന്നു. നാളെ അത് ഏത് സൂക്ഷ്മ ജീവിയാകും അതിന്റെ ഫലമെന്താകും ആർക്കും അറിയില്ല. കോളറ വന്നപ്പോൾ അത് മഹാമാരി, പിന്നെ പ്ലേഗ് വന്നപ്പോൾ അത് മഹാമാരി, ഇന്ന് കോവിഡ് മഹാമാരി, നാളെ എന്താകും രംഗപ്രവേശം ചെയ്യുക അറിയില്ല. അങ്ങനെ ഒന്ന് ഉണ്ടാകാതിരിക്കട്ടെ എന്ന് പ്രാർത്ഥിക്കാൻ മാത്രമേ ഇത്തരുണത്തിൽ കരണീയമായുള്ളു.

ബോംബും ഗണ്ണുകളും താഴെ വച്ച് മനുഷ്യൻ ജീവ സംരക്ഷണത്തിനായ് നല്ല മാസ്കും സാനിറ്റൈസറും സദാ കൂടെ കൊണ്ട് നടക്കുന്നു. കുടിച്ച് കൂത്താടാതെയും ജീവിക്കാം, മഹാറാലികൾ നടത്താതെ രാഷ്ട്രീയ പ്രവർത്തനം നടത്താം എന്നിങ്ങനെ മനുഷ്യൻ പല പുതിയ കണ്ടെത്തലുകൾ നടത്തികൊണ്ടിരിക്കുന്നു. അപ്പോഴും ദിനവും പതിനായിരങ്ങളുടെ ജീവന്റെ ചിറകുകൾ കാലൻ അരിഞ്ഞു കൊണ്ടേയിരിക്കുന്നു.

പണ്ഡിതനോ, പാമരനോ, അമേരിക്കയോ, ചൈനയോ, അവർണ്ണനോ സവർണ്ണനോ, ഉള്ളവനോ ഇല്ലാത്തവനോ അങ്ങനെ ഒരു നോട്ടവുമില്ല കോവിഡിന് ഓർത്തുകൊൾക മർത്യാ നീ.

"മാറഞ്ഞു കൗൺസിലിന്റെ അറിയിപ്പ്... ക്വാറന്റൈനിൽ കഴിയുന്നവർ കഴിവതും പുറത്തോട്ടിറങ്ങരുത്. പൊതുജനങ്ങൾ പുറത്തിറങ്ങുമ്പോൾ മാസ്ക് ധരിക്കുക."

കരുതൽ എപ്പോഴും നല്ലത്. നമ്മൾ നമ്മളെ കരുതുന്നത് പോലെ, അതിന്റെ നൂറിലൊരംശം പ്രകൃതിയെ കരുതിയാൽ കുറേയേറെ പ്രശ്നങ്ങളിൽ നിന്നും വിടുതൽ നേടാം.

ഓൺലൈൻ പത്രങ്ങളിലെ തലക്കെട്ടുകളിലൂടെ ഒന്ന് ഓടിച്ച് വീക്ഷിച്ചു. സാമ്പത്തികരംഗത്തിൽ, ധനകാര്യ വിദഗ്ദരുടെ പുതിയ ഉപദേശം മാസ്കും, സാനിറ്റൈസറും നിർമ്മിക്കുന്ന ചെറു, മധ്യനിര കമ്പനികളിൽ നിക്ഷേപിക്കുക എന്ന്. എന്നാൽ ഇതുമൂലം ധന/ വരുമാന നഷ്ടം സംഭവിച്ച നൂറുകണക്കിന് തൊഴിൽ മേഖലകളിലുള്ളവർ എന്തു ചെയ്യും? ആർക്കും ഒരു പിടിയുമില്ല. വേറൊരു പഠനം പറയുന്നത് വരും വർഷങ്ങളിൽ ലോകജനസംഖ്യയിൽ രണ്ട് ശതമാനം വർദ്ധനവുണ്ടാകുമെന്ന്. അത് ശരിയാകാനാണ് സാദ്ധ്യത. സ്കൂൾ വിശേഷങ്ങൾ അറിയാൻ അടുത്ത ദ്വീപിലെ ഗോപൻ സാറിനെ വിളിച്ചതാണ്, വിശേഷങ്ങൾ പറഞ്ഞ് കൊണ്ടിരിക്കേ പുള്ളിക്കാരൻ തമാശയായിട്ട് ഒരു കാര്യം പറഞ്ഞു...

"ഷാനു, അടുത്ത വർഷം അഞ്ചാറ് വേക്കൻസി ഉണ്ടാവും."

അവിടെ ഇത്രയും ട്രാൻസ്ഫറുകൾ ഉണ്ടാകാൻ ഒരു വഴിയുമില്ല.

"നിങ്ങള് കളി പറയാതെ ഗോപൻ സാറേ"

"ഇത് കളിയല്ലടോ... റിസോർട്ടുകളെല്ലാം കോവിഡ് പ്രമാണിച്ച് അടച്ചിരിക്കയാണ് അത് കൊണ്ട് ആണുങ്ങൾ എല്ലാവരും ദ്വീപുകളിലുണ്ട്. ആറ് ടീച്ചർമാരും രണ്ട് സപ്പോർട്ടിംഗ് സ്റ്റാഫും ഗർഭിണികളാണ്." അപ്പോൾ വിദഗ്ദമതത്തിൽ അർത്ഥമുണ്ടെന്ന് മനസ്സിലായി.

പുറത്ത് ചെറുതല്ലാത്ത ഒരു കാറ്റോട്ടം ഉള്ളത് കൊണ്ട് കുറച്ച് നേരം ഫാൻ ഓഫാക്കി ജനലുകൾ തുറന്നിട്ടു കുറച്ച് ശുദ്ധവായുവിനെ ആവാഹിക്കാൻ. കട്ടിളകളിൽ കൈകൾ രണ്ടും താങ്ങി മുഖം പുറത്തോട്ടിട്ടു കുറച്ച് നേരം ഒരു സുഖത്തിലങ്ങനെ നിന്നു. പള്ളിയിൽ രാത്രി ബാങ്കിനു ശേഷമുള്ള പ്രാർത്ഥനകൾ നടക്കുന്നു. റൂമിൽ നിന്നിറങ്ങി രണ്ട് മിനിറ്റ് മുന്നോട്ട് നടന്നാൽ കടൽ തീരമണയും. ചെവി നല്ലവണ്ണം വട്ടം പിടിച്ചാൽ പവിഴപുറ്റിന്റെ ചുണ്ണാമ്പ്കൽ മടക്കുകളിൽ കുഞ്ഞോളങ്ങൾ

കഥ പറയുന്നത് കേൾക്കാം. കടലിന്റെ വാശ്ശാരിയും പള്ളിയിലെ പ്രാർത്ഥനാ മന്ത്രങ്ങളും ചേർന്ന് നല്ല ആത്മീയ സുഖമുള്ള ചില നിമിഷങ്ങൾ കേട്ടാസ്വദിച്ചങ്ങനെ നിന്നു. ദൂരെ നിന്നും അടുത്തുകൊണ്ടിരിക്കുന്ന ബൈക്കിന്റെ ശബ്ദം കേട്ട ഉടനെ ഞാൻ മുഖം അകത്തേക്കിട്ടു കർട്ടനു പിറകിലേക്ക് വലിഞ്ഞു.

# നോവുകൾ നിനവുകൾ @14-9

പര്യാവരണം ഇന്നലത്തേതിന് സമം തന്നെ ആകാശത്ത് പരന്ന് കിടക്കുന്ന കട്ടി കുറഞ്ഞ ചാര മേഘങ്ങൾ സൂര്യനെ ഇടയ്ക്കിടെ മറയ്ക്കുന്നത് കൊണ്ട് തന്നെ സൂര്യതാപം കുറവാണ്. രാവിലെ തന്നെ തരക്കേടില്ലാത്ത മന്ദമാരുതൻ എല്ലാ ചെടികളെയും അങ്ങനെ ഇക്കിളിപ്പെടുത്തി കടന്നുപോകുന്നുണ്ട്. കാറ്റിന്റെ ഇക്കിളിയിടലിൽ കുലുങ്ങിച്ചിരിച്ച് വാഴയിലകളെല്ലാം നാട പോലെ ഇരുവശവും പിന്നി കീറിയിട്ടുണ്ട്. മുന്നേ പറഞ്ഞ പോലെ കേരളത്തിന്റെ തീരദേശത്ത് കാണുന്ന എല്ലാതരം ചെടികളും ഇവിടെ കാണാം. അത് പോലെ തന്നെ ജീവജാലങ്ങളും. ഓടപ്പൂവും, കൈതപ്പൂവും ചെമ്പകവും, ചെമ്പരത്തി, തെറ്റി അങ്ങനെ പലതും. ഇല്ലാത്തത് കമുക് (കഴങ്ങ്), പിന്നെ പ്ലാവ്. ഉപ്പിന്റെ അംശമുള്ള തീരപ്രദേശങ്ങളിലും കമുക് ഇല്ല എന്നാണ് തോന്നുന്നത്. പ്ലാവിന് പകരം ഇവിടെ കടച്ചക്ക ധാരാളമായി വളരും. ഇവിടെ കാണപ്പെടാത്ത ഒരു പക്ഷി പരുന്താണ്. ആട്, കോഴി തുടങ്ങിയവയെ ചുരുക്കം ചിലർ വളർത്തും, പട്ടി, പന്നി എന്നിവ വർജ്യമാണ്. ഏറ്റവും പ്രധാനം ഇവിടെ പാമ്പുകളുണ്ടെങ്കിലും ഒന്നിനും വിഷമില്ല. പാമ്പുകടിച്ചാരും ഇവിടെ മരിച്ചിട്ടില്ല. ഒരുപക്ഷേ അത് പ്രകൃതിയുടെ വരദാനമായിരിക്കും. നാട്ടിലെ പോലെ പാറപൊടിഞ്ഞ മണ്ണല്ല ഇവിടെ പവിഴ പുറ്റ് പൊടിഞ്ഞ (കാൽസ്യം കാർബണേറ്റ്) മണ്ണാണ്. അതിന് അമ്ലഗുണമുള്ള വിഷത്തെ നിർവീര്യമാക്കാൻ കഴിയുന്നത് കൊണ്ടാകാം അത്.

തെങ്ങിൻ കുറ്റിയുടെ കുഴിയിൽ വേദന സഹിച്ച് കിടക്കുന്ന ടാങ്കോയെ ഇന്ന് കണ്ടില്ല. ദ്വീപിലെവിടെയെങ്കിലും ഒരു പാർട്ടി നടന്നാലെ കാക്കൾക്കും പൂച്ചയ്ക്കും വായ്ക്ക് രുചിയായി എന്തെങ്കിലും കഴിക്കാൻ പറ്റൂ.

പലപ്പോഴും വേസ്റ്റ് കവറുമായി പോകുമ്പോൾ ഒരുകൂട്ടം കാക്കകൾ നമ്മളെ പിന്തുടരും. ഭക്ഷണത്തിന് തരപ്പെടുന്ന എന്തെങ്കിലും അതിൽ കാണുമെന്ന് കരുതിയാവും. പൊതുവേ നോൺ വെജ് ആണെങ്കിലും ടാങ്കോ ഇപ്പോൾ ഇഷ്ടമല്ലെങ്കിലും വെറും ചോറും കഴിക്കും.

“ടാങ്കോ നിനക്ക് അടുത്ത് തന്നെ ഇഷ്ട ഭക്ഷണസമൃദ്ധി ലഭിക്കട്ടെ എന്ന് ആത്മാർത്ഥമായി ആഗ്രഹിക്കുന്നു”.

ഉച്ചഭക്ഷണം കഴിഞ്ഞപ്പോഴേക്കും മൂന്നര കഴിഞ്ഞു. ഭക്ഷണ ശേഷം അല്പം മധുരം കുറച്ച് നാളായുള്ള ശീലമാണ്. മൈസൂർ പാക്കും കടലമിഠായിയും കഴിഞ്ഞു. നാളെത്തേക്ക് ഹൽവയും സമാപ്തിയാകും, പിന്നെ അവലോസ്, കായവറുത്തതൊക്കെ കുറച്ച് ദിവസം ഓട്ടും ക്വാറന്റൈന് എരിവും മധുരവും പകരാൻ അതൊക്കെ മതി.

മാലിദ്വീപിലെ പ്രധാന ഭക്ഷണം ‘റോഷിയും’ (കനംകുറഞ്ഞ മൈദ ചപ്പാത്തി) ‘ബൈ’ (ചോറ്) ആണ്. ചോറിന് കൂട്ടുന്നത് ‘കറുദിയ’ (നല്ല ചൂര/സൂത മീൻ ഉപ്പ് വെള്ളത്തിൽ തിളപ്പിച്ചെടുത്തത്) കൂടെ പച്ചമുളകും നാരങ്ങ നീരും കൂട്ടി അതിഗംഭീരമായി ഭക്ഷണം കഴിക്കും ഇവർ. മാലിദ്വീപ് ‘ഹവാദ്’(മസാല) ഉപയോഗിച്ച് മീൻ കറിയും ആവശ്യമുള്ളപ്പോൾ ചിക്കൻ കറിയും ഉപയോഗിക്കും. റോഷിക്ക് മീൻ കറി (മസ് റിഹ) ‘മസുണി’ (ഉള്ളി, തേങ്ങ തിരുകിയത്, വേവിച്ച മീൻ പിന്നെ ഔഷധഗുണങ്ങളുള്ള ഇലകൾ കഷ്ണിച്ചത് ചേർത്തുണ്ടാക്കുന്ന ചമ്മന്തി) അടിപൊളിയാണ്. ദ്വീപുകളിലെ മറ്റൊരു പ്രധാന ഐറ്റം ‘റിഹാക്കുറ’ ആണ് ചൂരമീനിനെ പണ്ടം കളഞ്ഞ് വൃത്തിയാക്കി വളരെ കുറഞ്ഞ തോതിൽ മസാലയിട്ട് ഉപ്പ് വെള്ളത്തിലിട്ട് തിളപ്പിച്ച് തിളപ്പിച്ച് വറ്റിച്ചെടുക്കുന്ന സത്ത്. ഈ നാട്ടിലും വിദേശത്തും നല്ല ഡിമാന്റാണ്. ലിറ്ററിന് നാട്ടിലെ ആയിരത്തിനടുത്ത് രൂപവരും. അത് നേരിട്ടും മറ്റു പല വിഭവങ്ങളിലും മീൻ രുചിക്ക് ചേർത്ത് കഴിക്കും.

സ്വദേശത്തും വിദേശത്തും ഡിമാന്റുള്ള മറ്റ് രണ്ട് ചൂര ഉല്പന്നങ്ങളാണ് ‘വളോമാസ്’, ‘ഹിക്കിമാസ്’. പുഴുങ്ങിയ ഉപ്പ് ചൂര, വെള്ളം അധികം വറ്റാതെ പുകയത്തിട്ട് ഉണക്കിയെടുക്കുന്നത് വളോമാസ്, സ്വദേശത്ത് നല്ല ഡിമാന്റാണ്. ഹിക്കി മാസ് മേല് പറഞ്ഞത് തന്നെ. പക്ഷേ അടിയിൽ തീ ഇട്ടും, പിന്നെ വെയിലത്തും ഇട്ട് ഉണക്കിയെടുക്കുന്നത്. നല്ല വിറക് കൊള്ളി മാതിരി ഇരിക്കും. ലോക്കൽ മാർക്കറ്റിൽ കിലോക്ക് ചുരുങ്ങിയത് 100 മുതൽ 150 രൂപവരും (നാട്ടിലെ 600 രൂപയോളം).

ആരോ കളിയാക്കുന്നു. “ഷാനു എന്തിന് ഭക്ഷണങ്ങളെ കുറിച്ചൊക്കെ എഴുതുന്നു”

“ശ്രീമാൻ എന്റെ നിനവുകൾക്കാധാരം ഇവിടുത്തെ പ്രകൃതിയും അതിനെ ചുഴ്ന്ന് നില്ക്കുന്ന ഈ ജനതയുമാണ്”

“ഏതൊരു ജനതയുടേയും തനിമയോടും സംസ്കൃതിയോടും ചേർന്ന് നില്ക്കുന്നതാണ് അവിടുത്തെ ഭക്ഷണം, വസ്ത്രം, ആചാരം, വിശ്വാസങ്ങൾ തുടങ്ങിയവയെല്ലാം”

“അത് കൊണ്ട്”

“അത് കൊണ്ട്, എന്റെ നോവുകളിലും നിനവുകളിലും ഭാഗഭാക്കായ ഈ ജനതയുടെ സംസ്കൃതിയും ആചാര വിശ്വാസങ്ങളും പറയാതെ പോകുന്നത് ശുദ്ധ ഭോഷ്കാണ്”

“അല്ലാതെ എഴുതാനുള്ള വഹ ഇല്ലാഞ്ഞിട്ടല്ല”

“താങ്കൾ അത് എങ്ങനെ എടുത്താലും എന്റെ ഉത്തരം അല്ല എന്ന് തന്നെയാണ്”

വാതിൽക്കൽ ചെറിയ ഒരു ടക് ശബ്ദം, എഴുന്നേറ്റ് ചെന്ന് നോക്കിയപ്പോൾ ഷട്ടിൽ കളിക്കുന്ന ആൺകുട്ടികളാരോ അടിച്ച ഷട്ടിൽ കോക്ക് ജനാല ഗ്ലാസ്സിൽ പതിച്ചതാണ്.

വെളിയിൽ വെളിച്ചം വല്ലാതെ കുറവുണ്ട്, രാത്രിയാകാറായോ എന്ന സംശയത്തിൽ ഒന്നു കർട്ടൻ മാറ്റി നോക്കി, സൂര്യൻ അസ്തമിച്ചിട്ടില്ല. സമയം വൈകുന്നേരം 5 മണിയേ ആയിട്ടുള്ളൂ. ആകാശത്ത് രാവിലെ കണ്ടതിനേക്കാൾ കൂടുതൽ വർഷമേഘങ്ങളുണ്ട്. മഴക്കോളുണ്ടോ എന്നുറപ്പിക്കാൻ അടുക്കള വഴി പുറത്തിറങ്ങി ആകാശത്തേക്ക് നോക്കി നിന്നു. ഒരു ചെറു തണുപ്പേകിക്കൊണ്ട് കാറ്റ് വീശുന്നുണ്ട്. സൂര്യനെ ഭാഗികമായി മറച്ച് കൊണ്ട് മേഘങ്ങളുണ്ട്. അതാണ് കാരണം. വെള്ളയും ചാരവും ഇടകലർന്ന കട്ടിയാർന്ന കാർമേഘങ്ങൾ അലസഗമനം നടത്തുന്നു. ഫോണിലെ കോമ്പസിൽ തെക്ക് പടിഞ്ഞാറായാണ് അവ ചലിക്കുന്നതെന്ന് കാണിക്കുന്നു. ആകാശത്ത് ചാരനിറത്തിൽ അമ്പിളിവട്ടത്തിന്റെ ഒരു പാതി ദൃശ്യമാകുന്നുണ്ട്. ഒരുപക്ഷേ രാത്രിയിൽ ഒരു മഴ പെയ്യാനുള്ള സാദ്ധ്യതയൊക്കെ കാണുന്നുണ്ട്. പുറത്തിറങ്ങി ആ ജോലിയിലൊന്നിരിക്കാൻ കൊതിതോന്നി. പക്ഷേ നടക്കില്ല, ആരെങ്കിലും കണ്ടോണ്ടു വന്നാൽ അത് പുകിലാകും. നിരാശയോടെ വാതിലടച്ചു തിരിച്ചു നടന്നു.

കേരളത്തിലെ തെക്ക് പടിഞ്ഞാറൻ മൺസൂൺ തന്നെയാണ് മാലിദ്വീപിലെ കാലാവസ്ഥയ്ക്ക് നിദാനം. ഇവിടെ പ്രാദേശിക ഭാഷയായ ‘ദിവഹി’ യിൽ ‘ഹുളംഗു മൗസും’ എന്ന് പറയും. ജൂൺ മുതൽ നവംബർ അവസാനം വരെ ആറ് മാസമാണ് അതിന്റെ ദൈർഘ്യം. കേരളത്തിലെ പോലെ ജൂൺ ജൂലൈ മാസങ്ങളിലാണ് മഴ അധികം ലഭിക്കുന്നത്.

പിന്നീട് അത് ഏറിയും കുറഞ്ഞും ശക്തി ക്ഷയിക്കുമ്പോൾ കരയിൽ നിന്ന് കടലിലേക്ക് വായു സഞ്ചരിക്കുന്ന വടക്ക് കിഴക്കൻ മൺസൂൺ വാതം തുടങ്ങും, അതിനെ ഇവിടെ 'ഇരുവായ് മൗസ്സം' എന്ന് പറയും. ചെറിയ ശൈത്യവും വരണ്ട കാലാവസ്ഥയുമാണ് അപ്പോൾ. ഇന്ത്യയിലെ ചന്ദ്ര മാസ ദിനാംഗങ്ങൾക്ക് സമാനമായ 'നക്കായ്' കലണ്ടർ ആണ് ഇവരും ഉപയോഗിക്കുന്നത്. തണുപ്പും മഴയും അതത് സമയത്ത് മാത്രമേയുള്ളൂ അല്ലാത്തപ്പോൾ ഉഷ്ണം തന്നെയാണ് താരം. അത് കൊണ്ട് ഒരു ഉപകാരമുണ്ട് കഫപ്രകൃതക്കാർക്ക് കുറേയേറെ സൗഖ്യമായിരിക്കും.

നാട്ടുമായുള്ള പൊക്കിൾകൊടി ബന്ധം നിലനിറുത്തുന്ന ഏക ഉപാധി ഫോണാണ്. അങ്ങേ തലയ്ക്കൽ ഭാര്യയാണ്.

"ഷാനുവേട്ടൻ... ഇവിടെ കോവിഡ് പല സ്ഥലത്തും പരക്കുകയാണ്. സോമേട്ടന്റെ വീടിനടുത്തും, വടക്കേടത്ത് അമ്പലത്തിനടുത്തും കോവിഡ് ഉണ്ട്. അവിടെയൊക്കെ വഴികൾ അടച്ചിരിക്കയാണ്."

"നീ വീട്ടിലേക്കുള്ള സാധനങ്ങൾ ഒന്നിച്ച് വാങ്ങിവെച്ചേക്ക് കഴിവതും പുറത്ത് പോകുന്നത് കുറയ്ക്കുക."

"ന്നാലും ഷാനുവേട്ടാ ഇങ്ങനെയൊക്കെ ഓരോ കാര്യങ്ങൾ ലോകത്ത് നടക്കുമെന്ന് ആരെങ്കിലും സ്വപ്നത്തിൽ കണ്ടോ?" ഭാര്യയുടെ സ്വരത്തിൽ വിഷമവും ഭീതിയുമെല്ലാം നിഴലിക്കുന്നുണ്ട്.

"ഇനിയുള്ള കാലം ഇങ്ങനെയൊക്കെ തന്നെ"

ഇന്നേക്ക് ഒമ്പതാം ദിവസം, ഇപ്പോ കുളികഴിഞ്ഞാൽ മുടിചീകാറില്ല. എങ്കിലും ഇന്ന് കണ്ണാടിയിലേക്ക് ഒന്നു നോക്കി. താടിരോമങ്ങൾ എല്ലാം വെള്ളയായി തുടങ്ങിയിരിക്കുന്നു. വരുമ്പോൾ ഡൈ ചെയ്തു കൊണ്ട് തലമുടിയും മീശയും വലിയ കുഴപ്പമില്ലാതെ നില്ക്കുന്നുണ്ട്.

എന്തിനാണ് ഡൈ അടിക്കുന്നത് ഞാൻ സ്വയം ചോദിച്ചു.

സംഭവം സിംപിൾ, പ്രായം മറയ്ക്കാൻ.

അതു മാത്രമല്ല ചിലർക്ക് നര നേരത്തേ വരും. ചിലർക്ക് വൈകിവരും. അത് കൊണ്ട് ചിലർക്ക് കൂടുതൽ പ്രായം മതിക്കും. ചിലർക്ക് കൂടുതൽ ചെറുപ്പം മതിക്കും. എനിക്ക് പ്രായമായിട്ടില്ല അത് കൊണ്ട് എനിക്ക് വെളുത്തതിനെ കറുപ്പിച്ചേ മതിയാവൂ.

ഒൻപതു ദിവസം പിന്നിട്ടിട്ടും ഒരു തുണി പോലും അലക്കിയിട്ടില്ല. ഒരു മുറിക്കുള്ളിൽ പൂട്ടിയിരിക്കുമ്പോൾ പിന്നെന്തിനാണ് ഒരുപാട് വസ്ത്രങ്ങൾ (വാസ്തവത്തിൽ അലക്കാനുള്ള മടിയാണ് കേട്ടോ). ലീവിന് പോകും മുമ്പ് ഇവിടെ ഇട്ടിട്ട് പോയ വസ്ത്രങ്ങളും പിന്നെ ഇട്ടോണ്ട് വന്ന വസ്ത്രങ്ങളും

ഉണ്ട് നാളെ ഏതായാലും അലക്കണം. പുറത്ത് പോകാനില്ലാത്തത് കൊണ്ട് രണ്ട് ലുങ്കികൾ കൊണ്ടാണ് കാര്യം നടത്തുന്നത്. അലക്കാനാണെങ്കിൽ ഉള്ള മഷീൻ വർക്ക് ചെയ്യുമോ എന്നറിയില്ല. കുളിമുറിയിൽ ഒറ്റ ബക്കറ്റ് മാത്രമാണ് ഉള്ളത് കൂടാതെ അലക്കിയതിടാൻ അഴ എവിടെ കെട്ടണം കയറെവിടെ കിട്ടും എന്നൊക്കെ എവിടെ അന്വേഷിക്കും? ഇനി വീടിന്റെ ഉടമയെ കിട്ടിയാൽ തന്നെ ഒരു ബക്കറ്റോ കയറോ ആരും കൊണ്ടു തരില്ല. എന്തു സർക്കസ് കാണിച്ചിട്ടായാലും നാളെ തുണി അലക്കണം എന്ന് നിശ്ചയിച്ചുറപ്പിച്ചാണ് കിടന്നത്. കാരണം അത് ആരോഗ്യത്തിന്റെ കൂടി ആവശ്യമാണ്.

# നോവുകൾ നിനവുകൾ @14-10

ഇന്നേക്ക് 10 ദിവസം ചേതോഹരങ്ങളായ നിറങ്ങളോ (പച്ചഒഴികെ), മുഖങ്ങളോ ഓർമ്മകളോ ഇല്ലാത്ത ദിവസങ്ങൾ. ജനാലകളിലൂടെയും അടുക്കള വാതിലുവഴിയുമുള്ള പുറംലോക കാഴ്ച മാത്രം. കൂട്ടിനുള്ളത് ഫോണിലുള്ള എഴുത്തും ഇടയ്ക്ക് വീട്ടിൽ നിന്നുള്ള വിളികളും പിന്നെ വളരെ വിരളം സുഹൃത്തുകളുടെ മെസ്സേജുകളും വിളികളും മാത്രം. ദ്വീപ് വാസത്തിൽ ഇതത്ര അസാധാരണമായ ഒരു സംഗതിയല്ല താനും. സർവ്വ സഞ്ചാര സ്വാതന്ത്ര്യമുള്ളപ്പോഴും ദിവസത്തിലെ നല്ല ഒരു പങ്ക് വീട്ടിൽ കഴിയുന്നവരാണ് പലരും. പക്ഷേ നമുക്ക് മേൽ ആദൃശ്യമായ വിലക്കുകൾ ഇല്ലാത്തപ്പോൾ അത് നമ്മളെ വേവലാതിപ്പെടുത്തുന്നില്ല.

10 എന്ന അക്കം എന്നെ/ഞങ്ങളെ സംബന്ധിച്ചിടത്തോളം ഒരു പുതു ദൈവ പിറവിയുടെ ഓർമ്മയാണ്. കാണുന്നതും കേൾക്കുന്നതും ശരിക്ക് ഓർമ്മവെയ്ക്കുന്ന യൗവനത്തിന്റെ വസന്ത കാലം. 1986 ലോകകപ്പ് ഫുട്ബോൾ മാമാങ്കം ഡീഗോ മറഡോണ എന്ന കുള്ളൻ ദൈവത്തിന്റെ പിറവി. അത് ഏറ്റവും അസ്വാദ്യമാകുന്നത് ആ ദൈവ പിറവി ഫുട്ബോൾ വ്യാകരണങ്ങളെ തെറ്റിച്ച ഒന്നായിരുന്നു. 2.78 million സ്ക്വയർ കിലോമീറ്ററിൽ 44.9 മില്യൺ (34.8 മില്യൺ കേരളം) ജനങ്ങൾ ഉള്ള തെക്കേ അമേരിക്കയുടെ തെക്കേ പകുതിയിലെ ഒരു രാജ്യം. ഫുട്ബോൾ ലോകകപ്പ് പലപ്പോഴും ഏറ്റുവാങ്ങിയവർ. ഫുട്ബോൾ മൈതാനങ്ങളിൽ തീ കോരിയിട്ട് അതിവേഗത്തിൽ ഫുട്ബോളിനൊപ്പം ഉരുണ്ട് ഗോളടിക്കുന്ന ആ മനുഷ്യൻ ലക്ഷണമൊത്ത കളിക്കാരന് ചെയ്യാൻ സാധിക്കാത്ത പലതും ചെയ്തു കാണിച്ചു. എതിർ ടീമിലെ ഡിഫൻഡർമാരെ തന്റെ മാജിക്ക് കൊണ്ട് ഇളിഭ്യരാക്കി തന്നെ പിന്തുടർന്ന് ഓടാൻ വിധിച്ച അയാൾ ദൈവമല്ലാതെ പിന്നാര്.

പുറം ലോകവുമായുള്ള ഏക ബന്ധം വല്ലപ്പോഴും തുറക്കുന്ന അടുക്കള വാതിലാണ്. കട്ടനിടാൻ വാതിൽ തുറന്ന് ചായ പാത്രം കഴുകവേ ഞാൻ ചുറ്റും നോക്കി 'ടാങ്കോ' അവിടെ ഉണ്ടോ. കഴിഞ്ഞ രണ്ട് ദിവസമായി ടാങ്കോയെ കാണാനേ ഇല്ല. കൂടുതൽ നേരം നോക്കിയാൽ കൊതുകുകൾ കൂടെ കൂട്ടുമെന്നിരിക്കേ വെക്കം അടുക്കളയിലേക്ക് കയറി. ഇന്നലത്തെ പോലെ ഇന്നും മഴമേഘങ്ങൾ പാലായനം ചെയ്യുന്നുണ്ട്. സൂര്യൻ ആകാശമാർഗേ മുകളിലോട്ട് സഞ്ചരിച്ച് തുടങ്ങി. പ്രായത്തെ വെല്ലാൻ, പത്തു ദിവസമായി ഞാനറിയാതെ വളർന്ന ആ പപ്പാനി താടി ഇന്നങ്ങെടുത്തു. കണ്ണാടിയിൽ ഇപ്പോൾ കാണുന്ന രൂപത്തിന് സഹിക്കാവുന്ന പ്രായമേ മതിക്കുകയുള്ളൂ.

അഴക്കായ വസ്ത്രങ്ങൾ ഇതുവരെ കഴുകിയിട്ടില്ലായിരുന്നു. പക്ഷേ ഇന്ന് അത് സാധിച്ചു. കിടപ്പുമുറിയിലും അടുക്കളയിലുമായി രണ്ട് അഴകൾ ടിവിയുടെ കേബിൾ വയർ കൊണ്ട് ഉണ്ടാക്കിയെടുത്തു. കഴുകിയ തുണികളിൽ നിന്ന് ദ്രാവക സോപ്പിന്റെ പരിമളം റൂമിൽ പ്രസരിച്ച് നില്ക്കുന്നു. കുറച്ച് നേരം പാറിക്കളിക്കുന്ന കർട്ടൻ വിടവിലൂടെ പുറത്തെ മൺ പാതയിലങ്ങനെ നോക്കിയിരുന്നു. കൊറോണ കാലത്ത് വ്യാഴാഴ്ച സ്കൂൾ ഇല്ല. അത് കൊണ്ട് തന്നെ വിദ്യാർത്ഥികൾ ആരും രാവിലെ പോയിട്ടില്ല. പിന്നെ ഉച്ചയോടടുത്ത സമയത്താണ് ഒരു സ്ത്രീയും അവരുടെ മകനും ഒരു 'ഗാഡിയ' (നാട്ടിലെ ട്രോളി അല്ലങ്കിൽ റാളി) ഉന്തിക്കൊണ്ട് പോകുന്നത്. അതിനകത്ത് രണ്ട് വലിയ ചാക്കുകളിലായി വീട്ടിലെ മാലിന്യങ്ങൾ കുപ്പയിലേക്ക് തട്ടാൻ കൊണ്ടുപോവുകയാണവർ. അതിനൊക്കെ ഇവിടെ നിശ്ചയിക്കപ്പെട്ട ദിവസങ്ങൾ ഉണ്ട്. വൃത്തി ഇവരുടെ ജീവിതചര്യയുടെ ഒരു പ്രധാന സംഗതിയാണ്. അതിന് സ്ത്രീകളുടെ നേതൃത്വത്തിൽ മേഖല തിരിച്ച് വിവിധ കമ്മിറ്റികൾ ഉണ്ട് . എല്ലാ നടപ്പാതകളും ഇലകളും ചപ്പ ചവറുകളും അവർ വൃത്തിയാക്കും.

ഗാഡിയ ഉന്തിപ്പോകുന്നത് പറഞ്ഞപ്പോഴാണ് അതോർത്തത്. മൂന്ന് നാല് വർഷം കൊണ്ട് ദ്വീപുകളിൽ വന്ന ഒരു പ്രധാന മാറ്റം. അധിക വീടുകളിലും സാധനങ്ങൾ പലസ്ഥലങ്ങളിലേക്ക് കൊണ്ടു പോകുന്നതും കൊണ്ട് വരുന്നതും ഗാഡിയ. പിന്നെ വീൽ ബരോ (ഒറ്റ ചക്ര ഉന്ത് വണ്ടി) ഇത് രണ്ടും പല വീടുകളിലും തുരുമ്പെടുക്കുകയാണ്. ചാർജ്ജ് ചെയ്യുന്ന ബാറ്ററി ഉപയാഗിച്ച് ഓടുന്ന ചൈനീസ് മുചക്ര പിക്കപ്പുകൾ എല്ലാ ദ്വീപുകളും കൈയ്യടക്കി കഴിഞ്ഞു. ഒരുവിധം തരക്കേടില്ലാത്ത എല്ലാ വീട്ടുകാർക്കും ഇതുണ്ട്. പിക്കപ്പ് ഇല്ലാത്തവരും അതിന്റെ സേവനം ഉപയോഗപ്പെടുത്തും. അത് കൊണ്ട് ഒരു കൊല്ലത്തിനുള്ളിൽ പിക്കപ്പിന്റെ മുടക്കുമുതൽ ഉടമക്ക് ലഭിക്കും. ഇന്ധനം വേണ്ട, മെയിന്റനൻസ്

അധികമില്ല. പിന്നെ ചൈനീസ് സർക്കാർ വീടൊന്നിന് ഓരോ (വാം കളറിലുള്ള) ട്യൂബ്ലൈറ്റ് സൗജന്യമായി കൊടുത്തിട്ടുണ്ട്. നല്ല ഈടുള്ളത്, അത് ചൈനയെ എല്ലാ ദിവസവും ഓർമ്മിപ്പിക്കുന്നു.

സമയം 12.15 ആയിട്ടേയുള്ളൂ പെട്ടെന്ന് വെയിൽ മങ്ങി. നിഴൽപരന്നു. എന്താണ് കാര്യമെന്ന് കർട്ടൻ മാറ്റി നോക്കുമ്പോൾ വീടിന്റെ മേൽക്കൂര ഷീറ്റിൽ വലിയ ഒരു മഴത്തുള്ളി കിലുക്കം കേട്ടു. ക്രമേണ അത് കുറഞ്ഞ് ചെറിയ ഒരു ചാറ്റൽ മഴയായി പതിയെ നിലച്ചു. എന്ത് കറിവെക്കും എന്ന് തീരുമാനമാകാത്തതിനാൽ ഇന്ന് പത്താം ദിവസം ഉച്ചക്ക് കഞ്ഞിയാക്കി. ഇന്നും കഞ്ഞികുടിച്ചതിലെ ബാക്കി ചോറ് ഞാൻ ടാങ്കോ വരുമെന്ന തോന്നലിൽ കരുതിയിരുന്നു (എന്നെ കൊണ്ട് സാധിച്ചത്). പക്ഷേ ഇന്നും ടാങ്കോ വന്നില്ല. പകരം അത് മൂന്ന് നാല് കാക്കകൾക്ക് അന്നമായി.

“താങ്കളെന്തിനാണ് ടാങ്കോയെ കുറിച്ച് വേവലാതിപ്പെടുന്നത്. ഇത് വെറും നാട്യമല്ലേ?”

“ആത്മൻ അസംബന്ധം പറയാൻ ലജ്ജയില്ലെ താങ്കൾക്ക്, ഇവിടെ ജീവിക്കാൻ എനിക്കുള്ള അതേ അധികാരം പ്രകൃതി അവനും നല്കിയിട്ടുണ്ട്”

“പക്ഷേ കട്ട് തിന്നത് കൊണ്ടല്ലേ അവൻ ആക്രമിക്കപ്പെട്ടത്?”

“സുഹൃത്തേ താങ്കൾക്കൊരു കാര്യമറിയുമോ? നിങ്ങൾ ചിന്തിക്കും പോലെ ഇന്നത് ചെയ്യാം. ഇന്നത് ചെയ്യരുത് എന്ന് ചിന്തിക്കാനുള്ള വിവേചന ബുദ്ധി മനുഷ്യനേ ഉള്ളൂ ടാങ്കോയ്ക്ക് അതില്ല.”

“പശി അത് മാത്രമേ അതിനറിയൂ, വിശക്കുമ്പോൾ കിട്ടാവുന്നത് കഴിക്കും. മോഷണം എന്ന പദം നിങ്ങൾ മനുഷ്യർ ആരോപിക്കുന്നതാണ്”

“2018 ഫെബ്രുവരിയിൽ നാട്ടിലും ഇതുപോലെ സ്ഥിരചിത്തത ഇല്ലാത്ത ഒരു മനുഷ്യനെ, ഒരു കാടിന്റെ മകനെ വിശന്നപ്പോൾ കുറച്ച് അരിമോഷ്ടിച്ചതിന് പരസ്യവിചാരണ ചെയ്തത് ഓർമയുണ്ടോ? അടിച്ചും കുത്തിയും കൊലപ്പെടുത്തിയില്ലേ അവർ, അന്ന് താങ്കൾ എന്ത് ചെയ്തു?

“അന്ന് കേരള സമൂഹം ഒന്നടങ്കം ആ യുവാവിന് വേണ്ടി നിലകൊണ്ടു, മധുവിന് വേണ്ടിയുള്ള സോഷ്യൽ മീഡിയ കാമ്പെയിനിൽ ഞാനുമുണ്ടായിരുന്നു”

“ഹും സോഷ്യൽ മീഡിയ... പിന്നെ മീഡിയ മണ്ണാങ്കട്ട, പ്രതികരണ പ്രതിഷേധ ഉൽസവം കഴിഞ്ഞെല്ലാവരും മടങ്ങി അടങ്ങി”

“വീട്ടുകാരുടെയും നാട്ടുകാരുടേയും വായടക്കാൻ സഹോദരിക്ക് സർക്കാർ ജോലി, ഭരണകൂട തന്ത്രം അല്ലാതെന്ത്. പേരിന് രണ്ട് മൂന്ന പേർക്കെതിരെ കേസും”

“ഇതെല്ലാം എന്റെ വരുതിയിൽ പെട്ടതല്ലല്ലോ, എനിക്ക് എന്ത് ചെയ്യാൻ കഴിയും”

“സുഹൃത്തേ ഇത് തന്നെയാണ് എല്ലാവരും ചിന്തിക്കുന്നത്, മരണ വാർഷികങ്ങൾ രണ്ട് കഴിഞ്ഞു. കേസന്വേഷണം എവിടെവരെ, ആര്, എന്ത്, എങ്ങനെ ഒരു പിടിയുമില്ല”

“അപ്പോൾ ടാങ്കോയെ കുറിച്ചുള്ള താങ്കളുടെ ആശങ്ക അർത്ഥശൂന്യ മല്ല?”

“അത് താങ്കൾക്ക് ഉതകുന്ന രീതിയിൽ വായിക്കാം”

ശക്തമായ ഒരു ദാഹവും തൊണ്ട വരൾച്ചയും, ബോട്ടിലിലെ വെള്ളം ആവോളം വേഗത്തിൽ കുടിച്ചു. ഷട്ടിൽ കളിച്ച് കൊണ്ടിരുന്ന ആമ്പിള്ളേർ ഇന്ന് തങ്ങളുടെ മൗണ്ടൻ ബൈസിക്കിളിൽ റോന്തു ചുറ്റലാണ്. മുറ്റത്തെ കുറ്റിച്ചെടികൾക്കിടയുള്ള സ്ഥലത്ത് കൂടെ സൈക്കിൾ ചക്രങ്ങൾ ഉരുളു ന്നത് കാണാം. സന്ധ്യയോടെ കാക്കകൾ ഒന്നൊന്നായി ചേക്കേറാൻ തിടുക്കം കൂട്ടി പറക്കുന്നത് കാണാം. ഇന്ന് ഞാനത് വ്യക്തമായി ശ്രദ്ധിച്ചു കൂടണയാൻ പറക്കുന്ന കാക്കകൾ കാ... കാ... എന്ന് വിളിക്കുന്നതിന്റെ ഫ്രീക്വൻസിയും ടൈമിംഗും ഭക്ഷണം കാണുമ്പോൾ മറ്റ് കാക്കകളെ ക്ഷണിക്കുന്ന ടൈമിംഗും വളരെ വ്യത്യസ്തമാണ്. ഒരുപക്ഷേ കാക്കക്ക് മാത്രം മനസ്സിലാവുന്ന ഒരു ഭാഷാവൈവിധ്യം അതിലുണ്ടാകും.

ദ്വീപിലെ പൊതു ഉച്ചഭാഷിണിയിലൂടെ ഒരു അറിയിപ്പ് വന്നു, കിലോ 65 റുഫിയക്ക് (ഇവിടുത്തെ കറൻസി) വളോമാസ് ലഭ്യമാണെന്നാണത്. ഇന്നാട്ടിലെ ആളുകളാണ് അതിന്റെ പ്രധാന ഉപഭോക്താക്കൾ. അത് കൊണ്ട് അധികം ശ്രദ്ധിക്കാൻ പോയില്ല. അധികം കഴിയുന്നതിന് മുൻപ് ഫോൺ ബെല്ലടിച്ചു.

“നിങ്ങളെപ്പോഴെങ്കിലും കൊറോണ ടെസ്റ്റ് നടത്തിയിട്ടുണ്ടോ?”

ആരോഗ്യ പ്രവർത്തകയുടെ ചോദ്യത്തിന് ഇല്ല എന്ന ഒറ്റവാക്ക് മറുപടി നല്കി. ഏതായാലും അടുത്ത നാല് ദിവസത്തിനകം അവർ എന്റെ സ്രവ സാമ്പിൾ എടുക്കാൻ വരും.

വരട്ടെ എടുക്കട്ടെ... നാട്ടിൽ ദിവസവും പലപ്രാവശ്യം പുറത്ത് പോയിട്ടും വൈറസ് എന്നെ തീണ്ടാതെ പോയെങ്കിൽ ഇനിയും അങ്ങനെ തന്നെ എന്ന് അച്ചട്ടാണ്.

രാത്രി ഏഴുമണി കഴിഞ്ഞാണ് എന്റെ കെയടേക്കർ വിജിത്തിന്റെ വോയ്സ് മെസേജ് കണ്ടത്.

“സാർ ഞാൻ 29 ന് നാട്ടിൽ പോകുന്ന ലീവ് ശരിയായിട്ടുണ്ട്” അത്ര യുമാണ് ഉള്ളടക്കം.

ഉടൻ വിജിത്തിനെ തിരിച്ച് വിളിച്ചു.

“വിജിത്ത്, കെയടേക്കർ നമ്മളെ ഇട്ടിട്ടു പോവുകയാണോ”?

“സാറേ ഇന്നാണ് ലീവ് ശരിയായത്, ഒരു മാസത്തേക്ക് മെഡിക്കൽ ലീവാണ്. പക്ഷേ 31 നാണ് മാലിയിൽ നിന്ന് ഫ്ലൈറ്റ് ഇവിടെ നിന്ന് 29 ന് പോകും രണ്ട് ദിവസം മാലിയിൽ സ്റ്റേ ചെയ്യേണ്ടിവരും”

“ടേയ്.. വിജിത്ത് മാലെയിൽ നിന്റെ നാട്ടിലെ (തിരുവനന്തപുരം) പോലാണ്. വെളിയിലിറങ്ങി നടന്നാൽ എവിടെ നിന്നാണ് സാധനം കിട്ടുക എന്നറിയില്ല.”

“ഏതായാലും പോവുകയല്ലേ, അവിടെ പോയി ക്വാറന്റൈനിൽ കിടക്കണം അത് കൊണ്ട് പ്രശ്നമില്ല”

“അപ്പോ രണ്ടും കല്പിച്ച് കല്യാണം കഴിക്കാൻ തീരുമാനിച്ചു അല്ലേ?”

“എൻഗേജ്മെന്റ് കഴിഞ്ഞിട്ട് എട്ടൊമ്പത് മാസമായി സാറെ, രണ്ട് പ്രാവശ്യം ഡേറ്റ് കണ്ട് മാറ്റിവച്ചു, ഇനി എന്തായാലും വേണ്ടില്ല അടുത്ത ബന്ധുക്കളെ മാത്രം വിളിച്ച് ഒരു കല്യാണം”

എനിക്ക് കടയിൽ നിന്നും വാങ്ങിക്കേണ്ട സാധനങ്ങൾ ഞാനവന് പറഞ്ഞു കൊടുത്തു.

“പിന്നെ വിജിത്തേ, എല്ലാത്തിലും ഒരു ക്ഷമ കാണിക്കണം”

വിജിത്ത് അറിയാതെ വന്ന പൊട്ടിച്ചിരി ഒതുക്കി കൊണ്ട് ഫോൺ വെച്ചു.

ഉച്ചക്ക് കഞ്ഞിയാണെങ്കിലും രാത്രിയിൽ നൂഡിൽസും ബുൾസൈയും ഭക്ഷിച്ച് തൃപ്തിപ്പെട്ടു..

# നോവുകൾ നിനവുകൾ @14-11

ഇന്ന് വെള്ളിയാഴ്ച കണക്ക് പ്രകാരം ഇനി മൂന്ന് ദിവസം കൂടിയേ ക്വാറന്റൈനിൽ കിടക്കേണ്ടതുള്ളൂ. കാര്യമായ പ്രശ്നങ്ങൾ ഒന്നുമില്ലാതെ, ഇത്ര ദിവസം എല്ലാം ഒരു കൈപാടകലെ ഉണ്ടായിട്ടും ഒരു ആദൃശ്യ മതിൽ ചുറ്റും രൂപം കൊള്ളുകയായിരുന്നു. മറ്റിടങ്ങളിലെ ഞായർ ഒഴിവ് പോലെ ഇവിടെ വെള്ളി ഒഴിവാണ്. ഇന്നാട്ടിലെ ഒട്ടുമിക്കവരും, പുലർച്ചെ പള്ളിയിൽ പോകുന്നവരൊഴികെ, വൈകിയാണ് എഴുന്നേൽക്കുക തന്നെ. ഒരു ചെറു ചാറ്റൽ മഴ അല്ലാതെ പ്രതീക്ഷിച്ച പോലെ ഒരു നല്ല മഴ കിട്ടിയില്ല. രാവിലെ എട്ടുമണി വരെ ഒരാളനക്കവുമില്ല. ഫാനിന്റെ കറക്കം നിറുത്തിയപ്പോൾ പൂർണ്ണ നിശബ്ദത. ആംപ്ലിഫയർ കണക്ഷൻ കൊടുത്ത സ്പീക്കർ പോലെ ഒരു ചെറിയ മൂളൽ ചുറ്റും ഉള്ളത് പോലെ, അത് ശരിക്കും ഉള്ളതാണോ അതോ തോന്നലാണോ? അറിയില്ല. ആ നിശബ്ദതയിൽ മണവാട്ടിയെ മൃദുവായി ഉഴിഞ്ഞുണർത്തുന്ന മാരന്റെ കരവിരുതോടെ കടൽ കരയെ തൊട്ടുണർത്തുന്ന പതിഞ്ഞ ശബ്ദം പുറത്ത് നിന്നാൽ കേൾക്കാം.

മാലിദ്വീപിലെ ടീ ബാഗ് (ശ്രീലങ്ക ഇറക്കുമതി) കട്ടൻ കുടിച്ച് കുടിച്ച് ഇപ്പോൾ നാട്ടിലാണെങ്കിലും കട്ടൻ തന്നെ ശീലം. ഒരുപക്ഷേ ചായയിൽ പാലൊഴിച്ച് പലതരം ചായകൾ കുടിക്കുന്നത് ഇന്ത്യയിൽ തന്നെ ആയിരിക്കും. വിനോദ സഞ്ചാരികൾക്ക് ഇവിടുത്തെ സുവനീർ ഷോപ്പുകളിൽ പല രുചികളിലുള്ള ശ്രീലങ്കൻ തേയില നല്ല സമ്മാന പെട്ടികളിൽ ലഭിക്കും. പക്ഷേ ഇപ്പോൾ ഞാൻ കുടിച്ച ചായ നാട്ടിൽ നിന്ന് കൊണ്ടു വന്നതാണ്, മണത്തിനും ഗുണത്തിനും വലിയ കുറ്റം പറയാനില്ല.

രാവിലെ പത്തുമണിക്ക് ഒരു ഫോൺ കോൾ

"സർ ഹൗ ഈസ് യുർ ഹെൽത്ത്"

"യെസ്, ഐ ആം ഫൈൻ"

ആരോഗ്യപ്രവർത്തക ഫോൺ വെക്കുന്നതിന് മുൻപ് ഞാൻ അങ്ങോട്ടു ചോദിച്ചു

"ആഫ്റ്റർ ഫോർട്ടീൻ ഡെയ്സ് വാട്ട് ഐ മസ്റ്റ് ഡു ?"

"യു, വീ വിൽ കം ദേർ ടു ടെസ്റ്റ് യു"

ക്വാറന്റൈൻ എല്ലാവർക്കും ഒരു പോലെയാണോ? അല്ല... നാട്ടി ലുള്ളപ്പോൾ അയൽക്കാരൻ രമേശേട്ടൻ ഒരു റിട്ടയർഡ് സിവിൽ പോലീസ് ഓഫീസറാണ്. വർഷങ്ങളായി ദിവസവും നടക്കാൻ പോകും ഉദ്ദേശം 64 വയസ്സ്. രണ്ടാഴ്ച മുന്നേ ഒരു ദിവസം രാവിലെ ഒരു നെഞ്ച് വേദന. വണ്ടിയുള്ളത് കൊണ്ട് ഉടൻ ഹോസ്പിറ്റലിൽ കൊണ്ടു പോയി. വലതും ചെറുതുമായി മൂന്ന് ബ്ലോക്കുകൾ, പണത്തിന് അധികം ബുദ്ധി മുട്ടില്ലാത്തത് കൊണ്ട് ഉടൻ ആൻജിയോപ്ലാസ്റ്റി ചെയ്തു. എല്ലാം ഭദ്രം. രണ്ടാം ദിവസം ആൾ വീട്ടിലെത്തി അധികമാരും അറിഞ്ഞു പോലുമില്ല.

രമേശേട്ടന്റെ മകനും ഭാര്യയും കുട്ടിയും ജോലിസംബന്ധമായി അന്യസംസ്ഥാനത്താണ്. അച്ഛനെ കാണാൻ കുടുംബ സമേതം വന്നു. നിലവിലുള്ള ആരോഗ്യ പ്രോട്ടോക്കോൾ പ്രകാരം പതിനാല് ദിവസം ക്വാറന്റൈനിൽ ഇരിക്കണം. അങ്ങനെ മകനും കുടുംബവും വീടിന്റെ മുകൾ നിലയിൽ താമസമാക്കി. വളരെ നീളമുള്ള ഒരു കോണി മുകൾ നിലയുടെ ബാൽക്കണി(താഴെ നിലയുടെ അടുക്കളമുകളിൽ)യിലേക്ക് ചാരി ഉറപ്പിച്ച് പാവം രമേശേട്ടൻ മൂന്ന് നേരവും ഭക്ഷണം ഏണിയിൽ കയറി ദൂരെ നിന്ന് നീട്ടിക്കൊടുക്കും. പിന്നെ പിന്നെ ഭക്ഷണം ബക്കറ്റിൽ വെച്ച് മുകളിലേക്ക് കെട്ടി പൊക്കലായി. ഏതായാലും എല്ലാം ശുഭം, രമേശേട്ടന് എന്തെങ്കിലും പ്രശ്നമുള്ളതായി ആർക്കും തോന്നുകയുമില്ല പിന്നെ മകനും മരുമകളും കുട്ടിയുമൊക്കെ ഏറെ നാളുകൾക്ക് ശേഷം നാട്ടിലെത്തിയല്ലോ. പതിനാല് ദിവസം കഴിഞ്ഞാൽ അവരുമായൊ ക്കെ മിണ്ടിയും പറഞ്ഞും ആശ്വസിക്കാം. ഇനി അഥവാ ക്വാറന്റൈൻ തീരുന്നതിന് മുൻപ് ചെറുമകനെ കളിപ്പിക്കാനോ മറ്റോ തോന്നിയാൽ താഴെയിരുന്ന് വീഡിയോ കോൾ ചെയ്താൽ മതിയല്ലോ.

ഇനിയുമൊരു ക്വാറന്റൈൻ കഥ അത് എന്റെ ഫസ്റ്റ് കസിന്റെ മകൻ പുതിയാപ്പ ഹാർബറിൽ വെച്ച് കോവിഡ് കിട്ടിയതാണ്. അവന്റെ ക്വാറന്റൈൻ കേന്ദ്രം ഫാറൂഖ് കോളേജിലെ ഒരു ഹോസ്റ്റൽ ആണ്. അവിടെയുള്ളവരെല്ലാവരും കോവിഡ് ബാധിതരാണ്. അന്യദേശ തൊഴിലാളികൾ ഉണ്ട്, കുട്ടികൾ ഉണ്ട് എല്ലാവരും അതിനുള്ളിൽ

യഥേഷ്ടം ചലിക്കാം. മൂന്നു നേരം സമൂഹ അടുക്കളയിൽ നിന്നുള്ള നല്ല ഭക്ഷണം. ചെറിയ പനി തലവേദന എന്നിങ്ങനെ ലക്ഷണങ്ങളല്ലാതെ എല്ലാവരും നന്നായിരിക്കുന്നു. എന്നെപ്പോലെ ക്വാറന്റൈൻ കാലത്ത് ഏകാന്ത തടവിലായിപ്പോയവർ അധികം കാണില്ല. ഒരു കണക്കിന് എനിക്കതിൽ കലശലായ ഒരു പരിഭവമില്ല. കാരണം ഇങ്ങനെ അല്ലാ യിരുന്നുവെങ്കിൽ ഈ സമയം എഴുതിതിമർക്കാനാവുമായിരുന്നില്ല.

ഉച്ചയോടെ സൈക്കിളിലും കാൽനടയുമായി പല പ്രായത്തിൽ പെട്ട ആണുങ്ങൾ മണപാതയിലൂടെ പടിഞ്ഞാറോട്ട് ചലിക്കുന്നത് കാണാം. കുളിച്ച് വൃത്തിയായി അലക്കിയ വസ്ത്രവും കുറച്ച് സുഗന്ധ ദ്രവ്യവും പൂശി അവർ പോകുന്നത് പള്ളിയിലേക്കാണ് മനഃശ്ശുദ്ധി ആർജ്ജിക്കാൻ, ഇഹത്തിലും പരത്തിലും തങ്ങളെ രക്ഷിക്കണെ എന്ന് പരമകാരുണികനായ ദൈവത്തോട് യാചിക്കാൻ. പ്രാർത്ഥനകൾ ആത്മീയ പോഷണത്തിനുള്ള രാസായനങ്ങളാണ്. അപ്പോൾ അഞ്ച് നേരവും അത് ഉൾക്കൊണ്ട് ചെയ്യുന്നവരുടെ ആത്മീയ തേജസുണരും തീർച്ച. അത്തരത്തിൽ തേജസുള്ള ചില പ്രായമായ മനുഷ്യരെയെ ങ്കിലും ഞാനിവിടെ കാണാറുണ്ട്, ഒരു തരത്തിൽ അവരുടെ ജന്മം സഫലമാണ്. അവരിലേക്ക് മറ്റുള്ളവരിലൂടെ കടന്ന് വരുന്ന എല്ലാ തിന്മ കളേയും ഒരു ചെറുചിരിയിൽ അവർ അലിയിച്ചു കളയുന്നു. കുറെയധികം പേർ വെള്ളിയാഴ്ച നമസ്കാരത്തിനായി പോകുന്നത് പടിഞ്ഞാറ്റെ വലിയ പള്ളിയിലാണ് ബാക്കിയുള്ളവർ കിഴക്കുഭാഗത്തെ ചെറിയ പള്ളിയിലും. മിക്ക ദ്വീപുകളിലും ചുരുങ്ങിയത് രണ്ട് പള്ളികൾ കാണും.

സ്വാഭാവികമായി ഒരു ചോദ്യം മുഴങ്ങുന്നു "ആണുങ്ങൾക്ക് മാത്രമേ യുള്ളൂ പള്ളിയും പ്രാർത്ഥനയും"

"തീർച്ചയായും അല്ലഹേ"

"സ്ത്രീകൾക്ക് പള്ളിയിൽ നമസ്കരിക്കുന്നതിന് ഇവിടെ വിലക്കില്ല. പ്രധാന പള്ളിയിൽ സ്ത്രീകൾക്ക് ഒരു വശം വേർതിരിച്ച് വച്ചിട്ടുണ്ട്"

"പിന്നെന്താ അവർ വരാത്തത്"

"താങ്കൾ പിന്നേയും കാണാപ്പുറം വായിക്കുന്നു, ആരു പറഞ്ഞു അവർ വരില്ല എന്ന്"

"വീട്ടിലെ തിരക്ക് കാരണം മിക്കവരും വീട്ടിൽ തന്നെ നമസ്കരിക്കും, പിന്നെ നോമ്പുകാലത്ത് നിസ്കാരപായയുമായി വന്ന് അവർ പ്രാർത്ഥിച്ചു പോകും"

ഇവിടുത്തുകാർ പൊതുവേ ശാന്തശീലരാണ്. വെറുതേയാണെങ്കിൽ പോലും ആരുടെ മെക്കിട്ടു കേറാനും അവർ പോകാറില്ല. അടിപിടി

കത്തി കുത്ത്, ബലാൽസംഘം, ആത്മഹത്യ, സാമ്പത്തിക തട്ടിപ്പ്, വസ്തു തട്ടിപ്പ് തുടങ്ങിയ ക്രിമിനൽ കുറ്റങ്ങൾക്കോ പിക്കറ്റ്, ഹർത്താൽ, കല്ലേറ് തുടങ്ങി ക്രമസമാധാന പ്രശ്നങ്ങൾക്കോ ഇവിടെ അധികം കേസുകൾ ഉണ്ടാവാറില്ല. തെരഞ്ഞെടുപ്പ് അടുക്കുമ്പോൾ തലസ്ഥാന ത്ത് ചില റാലികളും പൊതുയോഗങ്ങളും. അത്ര മാത്രമേ ഉള്ളൂ അത് കഴിഞ്ഞ് അവർ പിരിഞ്ഞ് പോകും. 2015 ൽ മുൻ പ്രസിഡന്റിനെ ഭീക രവിരുദ്ധ നിയമത്തിൽ പെടുത്തി ശിക്ഷിച്ചപ്പോഴാണ് തലസ്ഥാനമായ മാലേയിൽ കുറച്ച ദിവസങ്ങളിൽ ഒറ്റതിരിഞ്ഞ അക്രമ സംഭവങ്ങൾ അരങ്ങേറിയത്.

ഏത് പാതിരാത്രിക്കും ഇവിടെ ഒരു സ്ത്രീക്ക് ടാക്സിയിൽ കയറി ലക്ഷ്യ സ്ഥാനത്ത് എത്താം. എല്ലാ ടാക്സികളും ഒരു പൊതു റേഡിയോ നെറ്റ് വർക്കിൽ ബന്ധിക്കപ്പെട്ടിരിക്കുന്നു ടാക്സികൾക്കെല്ലാം ജി പി എസ് ട്രാക്കിംഗ് സിസ്റ്റം ഉള്ള ഒരു കൺട്രോൾ യൂണിറ്റുമുണ്ട്. ഓൺ ഡ്യൂട്ടി യിൽ ടാക്സി ഡ്രൈവർമാരെ നമുക്ക് വിശ്വസിക്കാം. ടാക്സിയിൽ നമ്മൾ വിലപ്പെട്ട രേഖകളോ ഇനി പണമോ വാലറ്റോ എന്തെങ്കിലും മറന്ന് വെച്ചു എന്നിരിക്കട്ടെ, ടാക്സി കൺട്രോൾ റൂമിൽ അറിയിച്ചാൽ അവർ തപ്പി തിരഞ്ഞ് ഡ്രൈവറെ ബന്ധപ്പെട്ട് അതിന് പരിഹാരമുണ്ടാക്കും.

കാറ്റ് ഇന്നല്പം മന്ദഗതിയിലാണ് പെട്ടെന്ന് മഴ പെയ്യാൻ പാകത്തിൽ അന്തരീക്ഷത്തിലെ താഴെ പാളിയിൽ മഴമേഘങ്ങൾ ലക്ഷ്യമില്ലാതെ പായുന്നുണ്ട് അത് കൊണ്ട് തന്നെ സൂര്യതാപം കുറച്ച് കൂടുതലാണ്. അടുക്കള തുറന്ന് എന്ത് പുറത്തേക്കിട്ടാലും കാക്കകൾ പെട്ടെന്നത് കൊത്തിയെടുത്ത് പറക്കും. അവരെ പറഞ്ഞിട്ട് കാര്യമില്ല. ഭക്ഷണത്തി ന്റെ കുറവുകൊണ്ടായിരിക്കും. സത്യം പറഞ്ഞാൽ കാക്കകളെ അല്ല, ഒരു കാക്കയെ എനിക്ക് പേടിയാണ്. അതിനെ കണ്ടാൽ എനിക്കറിയാം അതിന് എന്നേയും. എന്നെ കണ്ടാൽ എങ്ങനെയെങ്കിലും ഉച്ചിയിൽ മുടിയില്ലാത്ത എന്റെ കഷണ്ടിയിൽ ഒന്ന് കൊത്തി പറക്കാൻ അവൻ നോക്കും. ശല്യം കൂടിയതിൽ പിന്നെ സ്കൂളിൽ പോകുമ്പോൾ സ്ഥിരമായി കുട ചൂടിയാണ് പോകുന്നത്. വൈകുന്നേരത്തോടെ ഉച്ചഭാഷിണിയിൽ വീണ്ടും ഒരറിയിപ്പ്. ‘ദിദ്ദുവിന് പോകുന്ന ഷെയർ ബോട്ടിൽ ഏതാനും ചില സീറ്റുകൾ ഒഴിവുണ്ട് ഒരാൾക്ക് ഇത്ര രൂപ. താല്പര്യമുള്ളവർ ബോട്ടുട മയെ ബന്ധപ്പെടുക’. ദ്വീപുകളിൽ അങ്ങനെയാണ് യാത്രകൾ നാട്ടിലെ പോലെ തോന്നുമ്പോൾ തോന്നുന്നിടത്തേക്ക് ബസിനും വണ്ടിക്കും പോകാൻ പറ്റില്ല.

അടുക്കള ഭാഗത്ത് പത്ത് മീറ്റർ പുറകോട്ട് മാറി ഒരു വീടുണ്ട്. നാട്ടുകാ രിലെ എന്റെ ഒരു നല്ല പരിചയക്കാരൻ ഹുസൈൻ അഹമ്മദാണവിടെ

താമസം. ഞാൻ താമസിക്കുന്ന/ തടവില്ലുള്ള വീടിന്റെ പിന്നാമ്പുറത്തെ ആസ്ബസ്റ്റോസ് അടച്ച കെട്ടിയ സ്റ്റോർ റൂമിന്റെ പുറകിലെ തൊടിയിൽ നിന്നും ശക്തിയായി എന്തോ വെട്ടുന്ന ശബ്ദം കേൾക്കാം. വെളിയിൽ പാത്രം കഴുകി കൊണ്ടിരിക്കെ ഞാൻ അങ്ങോട്ടൊരു പാളി നോക്കി. ഹുസൈനും രണ്ട് യുവ കൂട്ടാളികളും കൂടി അവിടെയുള്ള നല്ല നീളത്തിലും വണ്ണത്തിലും വളർന്ന കൈതോലച്ചെടി (പൈനാപ്പിൾ കുടുംബം തന്നെ) യുടെ തടിയും താങ്ങ് വേരുകളും മുറിച്ചിടുകയാണ്. ഈ ചെടിയിൽ പൈനാപ്പിൾ പോലെ പക്ഷേ നല്ല വലിപ്പത്തിൽ 8-9 കിലോ വരുന്ന പഴങ്ങളുണ്ടാകും. പഴുത്താൽ പുറം ഭാഗം നല്ല ഓറഞ്ച് നിറമാണ്. നല്ല സുഗന്ധവും. അതിന്റെ പഴുത്ത പുറംഭാഗം കത്തികൊണ്ട് കഷ്ണിച്ച് ഇവർ ചവച്ച് കഴിക്കും. നല്ല നാരേറിയ പഴമാണ്. ഉൾഭാഗം നാര് കൂടിയത് കൊണ്ട് കഴിക്കാനാവില്ല. ചിലപ്പോൾ കടകളിൽ ഇത് വില്പനക്ക് വെച്ചത് കണ്ടിട്ടുണ്ട്. ഹുസൈനും സംഘവും എന്നെ കണ്ടെങ്കിലും കണ്ടതായി ഭാവിച്ചില്ല ഞാനും അങ്ങനെ തന്നെ.

ആ സംഘത്തിലെ രണ്ടിലൊരാൾക്ക് ഭവന നിർമ്മാണത്തിന് ദ്വീപ് കൗൺസിൽ അനുവദിച്ച സ്ഥലമാകാം അത്. കഴിഞ്ഞ രണ്ട് വർഷ ത്തിനിടെ മുൻകാലങ്ങളിൽ അപേക്ഷ നൽകിയ നിരവധി പേർക്ക് ഭവന നിർമ്മാണത്തിന് സ്ഥലമനുവദിച്ചിട്ടുണ്ട്. അത് കൊണ്ട് തന്നെ മരങ്ങളും തെങ്ങും ഇടതൂർന്ന് വളർന്നിരുന്ന പച്ചപ്പിന്റെ മോശമല്ലാത്ത വിസ്തൃതി വെട്ടി വെളുപ്പിച്ചിട്ടുണ്ട്. എന്നിട്ടും ദ്വീപിൽ മുപ്പത് ശതമാനത്തി നടുത്ത് ഹരിതാഭ സംരക്ഷിക്കപ്പെട്ടിട്ടുണ്ട് എന്ന് കരുതാം, ഭാഗ്യം (ചില ദ്വീപുകളിൽ സ്ഥിതി വളരെ മോശമാണ്). മാലിദ്വീപിൽ സ്വകാര്യ സ്വത്തവകാശം ആർക്കുമില്ല. ഒരാൾക്ക് തായ് വഴിയായി ലഭിച്ചതോ അല്ലെങ്കിൽ ഗവൺമെന്റ് അനുവദിക്കുകയോ ചെയ്ത ഭൂമി അയാൾക്ക് മറ്റുള്ളവരുടെ ഉപയോഗത്തിന് വേണമെങ്കിൽ പണത്തിന് കൈമാറാം. പക്ഷേ ഭൂമിയിൻമേലുള്ള സ്വത്തവകാശം വാങ്ങുന്നവന്റെ പേരിൽ ലഭി ക്കില്ല. മണ്ണ് ഇവിടെ രാജ്യത്തിന്റെ സ്വത്താണ്.

ഇനി രണ്ട് ദിവസത്തേക്ക് ഭക്ഷണത്തിനെ കുറിച്ച് വേവലാതിയില്ല, വിജിത്തിന്റെ കരുണയാൽ കിട്ടിയ കാരറ്റും തക്കാളിയുമൊക്കെ വച്ച ഒരു തകർപ്പൻ സാമ്പാറങ്ങു വെച്ചു. ചുരുങ്ങിയത് മൂന്നു ദിവസം ചോറ്, ഗോതമ്പ് ദോശ, ഉപ്പുമാവ് പുട്ട് എന്നിവയുടെ കൂടെ സാമ്പാറിനെ കൂട്ടാം. ഐലൻഡ് ഓഫീസിലെ ഉപഭാഷിണി ഒരു അറിയിപ്പിനായി വീണ്ടും ശബ്ദിച്ചു തുടങ്ങി.

“ജെട്ടിയിൽ ബോട്ട് വന്നിട്ടുണ്ട് ഒരു കിലോ ചൂര മീനിന് ഇരുപത് റുഫിയ” (റൂഫിയ ആണ് മാലദ്വീപിലെ കറൻസി, നമ്മുടെ ‘റുപ്പിക’യുടെ

ഭാഷാഭേദം). മീൻ കൂട്ടാൻ ആഗ്രഹമുണ്ടെങ്കിലും വെളിയിലിറങ്ങാൻ പറ്റില്ലല്ലോ. അല്ലെങ്കിൽ വിജിത്തിനെ ബുദ്ധിമുട്ടിക്കണം. അത് കൊണ്ട് മീനിന്റെ കാര്യമങ്ങ് മറന്നു.

ങാ...പറഞ്ഞപ്പോഴാണ് അത് ഓർത്തത് വിജിത്ത് നാളെ നാട്ടിലേക്കുള്ള യാത്രയ്ക്കായി മാലെയിലേക്ക് പോകുന്നു അവിടെ നിന്നാണ് ഫ്ലൈറ്റ്.

“ഹലോ വിജിത്ത് നാളെ എത്ര മണിക്ക് പോകും?”

“സാറേ നാളെ വൈകീട്ട് കുള്ദുഫുഷിയിൽ നിന്ന് ഫ്ലൈറ്റ്, പക്ഷേ രാവിലെ മുഹമ്മദ് സാറിന്റെ ലോഞ്ച് ഷെയറിംഗിൽ പോകുന്നുണ്ട് രാവിലെ അതിനങ്ങ് പോകണം. ഒറ്റക്ക് വിളിച്ചാൽ നാട്ടിലെ അയ്യായിരം തീരും”

“അതാ നല്ലത് വിജിത്തേ ഐലൻഡിലിരിക്കുന്നതും എയർ പോർട്ടിൽ ഇരിക്കുന്നതും ഒന്നു തന്നെ.”

“നാട്ടിലെത്തിയ ഉടൻ കല്യാണം കെട്ടുമോ”

“ശ്ശേയ്... ദിവസമൊക്കെ നോക്കണ്ടെ, പിന്നെ അധികമാരെയും വിളിക്കാൻ പറ്റില്ലാത്തത് കൊണ്ട് അധികം നീളില്ല”

“കുറേ നാളായില്ലേ ഇങ്ങനെ വീഡിയോ കോളും വിളിച്ചിരിക്കുന്നത്”

“അതേ സാർ”

“പിന്നെ വിജിത്തേ... ക്ഷമ വിട്ട് അക്രമിക്കരുത്”

ടെലിഫോണിന്റെ അങ്ങേ പുറത്ത് അടക്കിപിടിച്ച ഒരു പൊട്ടിച്ചിരി കേൾക്കാം.

രാത്രി ഭക്ഷണം കഴിക്കുമ്പോൾ തുറന്ന അടുക്കളയുടെ വശത്തുള്ള തെങ്ങിൻ മണ്ടയിൽ ഏതോ ഒരു കാക്ക വിഷമിച്ച് കാ... കാ... എന്ന് വിളിക്കുന്നു. പാത്രം കഴുകാൻ പോയപ്പോഴാണ് കാര്യം പിടികിട്ടിയത് ചെറുതായി തുടങ്ങിയ ആ മഴ ചാറ്റലിന്റെ നനവ് ഉറക്കം കെടുത്തിയത് കൊണ്ടുള്ള കരച്ചിലാണത്. ആലോചിച്ച് പോവുകയാണ് കേവലം കാ... കാ... എന്ന വാക്കിന് സന്ദർഭത്തിനനുസരിച്ച് എത്രയെത്ര അർത്ഥഭേദങ്ങൾ.

# നോവുകൾ നിനവുകൾ @14-12

കാണുന്ന അകലത്തിൽ അടുക്കള മതിലിന്റെ വടക്കേമതിലിലുള്ള മുകളിലേക്ക് പൊക്കി തുറക്കാവുന്ന സമചതുരത്തിലുള്ള വെള്ള ജനാല. അത് നാലും പ്രകൃതിയുടെ നാല് തരത്തിലുള്ള ഫ്രെയിമുകൾ എനിക്ക് മുന്നിൽ വരച്ചിടുകയാണ്. മുകളിലത്തെ രണ്ട് ഫ്രെയിമിൽ ആകാശം മാത്രം. വെറുതേ അങ്ങനെ നോക്കി നോക്കിയിരിക്കെ കാലിയായ ആദ്യത്തെ ഫ്രെയിമിൽ നിറയുന്ന മാതിരി ഒരു വെൺമേഘചാർത്ത് പതുക്കെ കിഴക്കോട്ട് പാലായനം ചെയ്യുന്നു. കാറ്റിന്റെ അഭാവത്തിൽ വളരെ പതുക്കെയാണ് മേഘത്തിന്റെ ചലനം. സൂക്ഷിച്ച് അതിനെ നോക്കുന്തോറും അതിന്റെ രൂപങ്ങൾ മാറുന്നത് കാണാം. ക്കുറിയ കൗതുകം കലർന്ന് ഞാനതിനെ നോക്കിയിരിക്കെ അത് പക്ഷിയായും, ഭാരതത്തിന്റെ ഭൂപടമായും പിന്നെ അംഗലാവണ്യം തികഞ്ഞ സ്ത്രീയായുമൊക്കെ മാറുന്നതായി തോന്നി. പിന്നിലെ ചെറിയമേഘം വന്ന് വലിയവനോട് ചേർന്ന് കുറച്ച് ചാരനിറമാർന്ന് രണ്ടാമത്തെ ഫ്രെയിമിൽ പ്രവേശിച്ച് കിഴക്ക് മറഞ്ഞു.

താഴെയുള്ള രണ്ട് ഫ്രെയിമുകളിൽ ഒന്നര ഫ്രെയിമിൽ എതിർഭാഗത്തുള്ള വീടിന്റെ മതിലും മേൽക്കൂരയുമാണ് ഭാക്കിയുള്ള പകുതിയിൽ വാഴയും ഉയരം കുറഞ്ഞ തെങ്ങുകളും പേര തുടങ്ങിയ മരങ്ങളുടെ നിഴലുകൾ ചാഞ്ചാടുന്നു. സൂര്യവെളിച്ചത്തിൽ വീടിന്റെ മതിലിലും നിലത്തും ഒരു പ്രൊജക്ടർ ബൾബിനകത്തെ പ്രകാശം നാടക തീരശീലയിൽ നിഴലും വെളിച്ചവും കൊണ്ട് രംഗപടം സൃഷ്ടിക്കും പോലെ ഒരു നിഴൽ നൃത്തം പതിഞ്ഞ താളത്തിൽ അരങ്ങേറുന്നത് ഇമവെട്ടാതെ നോക്കിയിരിക്കാൻ നല്ല സന്തോഷം.

ചിന്തകൾ എപ്പോഴും ഒരു മരഞ്ചാടിയെപ്പോലെയാണ് ഒരു

സന്തോഷ നിമിഷത്തിനൊടുവിൽ അത് ഒരു സങ്കടചിന്തയിൽ കയറിപ്പിടിക്കും. ഇന്നത് എന്നൊന്നില്ല. എന്തുമാകാം വല്ലാതെ ആഗ്രഹിച്ച് പരിശ്രമിച്ചിട്ട് കിട്ടാതെ പോയ നഷ്ട സ്വപ്നങ്ങളാകാം അല്ലെങ്കിൽ ചില ബന്ധങ്ങളാകാം അങ്ങനെ പലതും. ചില സമയങ്ങളിൽ നല്ലതും ചീത്തയും ഒരുമിച്ച് നടക്കും. 2015 ഔദ്യോഗികമായി നല്ല വർഷമായിരുന്നില്ല. പക്ഷേ അതേവർഷം തന്നെയാണ് പുതിയ വീട്ടിൽ ഗൃഹപ്രവേശം നടത്തിയത്.

2016ൽ പുതിയ സ്കൂളിൽ ചേർന്ന് രണ്ട് മാസമാകുമ്പോഴാണ് ഭാര്യ ഗർഭിണി ആണെന്ന് അറിയുന്നത്. മനസ്സിന് അതിയായ സന്തോഷമായിരുന്നു. രണ്ട് പെൺമക്കൾക്ക് ഒരുപക്ഷേ ഒരനിയനെ കിട്ടിയാലോ. നമ്മുടെ നാട്ടിൽ പ്രസവം ഒരു വലിയ കാര്യമാണല്ലോ, വീട്ടിൽ ആള് വേണം ചെക്കപ്പ് ശുശ്രൂഷ അങ്ങനെ... അങ്ങനെ. രണ്ടു വീട്ടിലും അതിനാളില്ല. ഭാര്യയുടെ 40 കഴിഞ്ഞ പ്രായം. അങ്ങനെ ഒരു റിസ്ക് എടുക്കാൻ അവരും തയ്യാറില്ലായിരുന്നു. ഒടുവിൽ അത് തന്നെ സംഭവിച്ചു, ഭ്രൂണഹത്യ. ഉരുവാകിയ ജീവൻ വാടാനപള്ളിയിലെ ഒരു ഡോക്ടർ പിഴുതെറിഞ്ഞു കളഞ്ഞു. ഞങ്ങൾക്കൊരനിയനുണ്ടായിരുന്നെങ്കിൽ എന്ന് പെൺമക്കൾ ഇടയ്ക്ക് പറയും. അപ്പോഴൊക്കെ അവർ അമ്മയോടു കെറുവിക്കും. അമ്മ അന്ന് അങ്ങനെ ചെയ്യേണ്ടിയിരുന്നില്ല.

കുറേ നേരമായി ഉറ്റ സുഹൃത്തിനെ വാട്ട്സാപ്പിൽ ശ്രമിക്കുന്നു. കുറച്ച് നേരം കഴിഞ്ഞ് ഇപ്പോഴാണ് ലൈനിൽ കിട്ടിയത്.

“ഹലോ അശോക് എന്ത് വിശേഷം”

“നമ്മുടെ ഗ്രൂപ്പിന്റെ വക ടി വി സ്കൂളിൽ കൊടുത്തോ”

“ങാ... ഷാനു അതൊക്കെ ഭംഗിയായി നടന്നു. ഗ്രൂപ്പിൽ ഫോട്ടോയും വീഡിയോയും കണ്ടില്ലേ”?

“എല്ലാം കണ്ടു. പിന്നെ അവിടുത്തെ കോവിഡ് വാർത്തകൾ എന്തൊക്കെയാണ്”

“കേരളത്തിൽ ഇന്ന് ഏകദേശം രണ്ടായിരത്തോളം കേസുകൾ ഉണ്ട്. ഇവിടെ നമ്മൾ താമസിക്കുന്ന ഒരു കിലോമീറ്റർ ചുറ്റളവിൽ തന്നെ പതിനൊന്നോളം കേസുകളുണ്ട്”

“കിഴക്കശ്ശേരിയിലെ ഒരു പയ്യന് പനി വന്ന് ടെസ്റ്റ് ചെയ്തപ്പോ കോവിസ് പോസിറ്റീവ്. അവന്റെ പ്രാഥമിക സമ്പർക്കത്തിൽ നിന്റെ ഏട്ടന്റെ മകൻ സുജിത്തും പെടും”

“ങേ... സുജിത്തോ?”

"അതേടൊ മൂന്ന് നാല് പേരുണ്ട് അവരെല്ലാവരും നിന്റെ ചേട്ടന്റെ വീട്ടിൽ ക്വാറന്റൈനിൽ ആണ്."

"സെപ്തംബറിൽ ഇപ്പോഴുള്ളതിന്റെ മൂന്നിരട്ടിയാകും എന്ന് സ്ഥിതി വിവര കണക്ക് വിശാരദൻമാർ പറയുന്നു.

സ്വന്തം ഉമ്മറപ്പടിയിൽ, അടുത്ത വീട്ടിൽ കോവിഡെത്തിയിരിക്കുന്നു. ഉടൻ സുജിത്തിനെ വിളിച്ച് വിവരമന്വേഷിച്ചു. സംഭവം ശരിയാണെന്നും ഉടനെ ആന്റിജൻ ടെസ്റ്റ് നടത്തുമെന്നും പറഞ്ഞു. സമ്പർക്കരോഗികൾ കൂടുന്നതും ഉറവിടമറിയാത്ത രോഗബാധയും അടിക്കടിനാട്ടിൽ കൂടുകയാണ്. ഏക ആശ്വാസം കേരളത്തിൽ മരണം മറ്റിടങ്ങളിലേതുമായി നോക്കുമ്പോൾ തുലോം കുറവാണ്. ചരിത്രത്തിലെ ഏറ്റവും പ്രഹരശേഷിയേറിയ മഹാമാരിയെ നാളെ ഒരു തലമുറക്ക് വർണ്ണിച്ച് കൊടുക്കാൻ ഇന്ന് അതിനെ അനുഭവിച്ചവർക്കും അതിജീവിച്ചവർക്കും ഒട്ടേറെ ഭാഷ്യങ്ങളുണ്ടാകും. പക്ഷേ നാളത്തെ തലമുറയുടെ ഗതിയോ?

മൂന്നരക്കുള്ള പ്രാർത്ഥന കഴിഞ്ഞ് എതിർ വീട്ടിലെ പയ്യൻ വീട്ടിലേക്ക് കയറിപ്പോയ അതേ വേഗത്തിൽ മാഞ്ചസ്റ്റർ യുണൈറ്റഡിന്റെ ജേഴ്സിയും അണിഞ്ഞ് സ്പോർട്ട്സ് ഷൂ കയ്യിൽപ്പിടിച്ച് വീടിന് വെളിയിൽ ചാടിയിട്ടുണ്ട്. അവൻ അതിവേഗം ഫുട്സാൽ ഗ്രൗണ്ടിലോ ഫുട്ബാൾ ഗ്രൗണ്ടിലോ ഓടി അണയും ഇന്നത്തെ കളിതുടരാൻ... എണ്ണമറ്റ ഗോളുകൾ വലയിലേക്ക് പായിക്കാൻ. ഫുട്ബോൾ മാലിദ്വീപിന്റെ ദേശീയ കായിക വിനോദമാണ്. മാലിദ്വീപിലെ ആമ്പിള്ളേരുടെ ജീവവായുവാണത്. വഴിയിൽ കാണുന്ന ഒരു പയ്യനോട് ലോഹ്യത്തിൽ ആരാകണമെന്ന് ചോദിച്ചാൽ അവൻ ഉടൻ പറയും ഒരു നല്ല ഫുട്ബോളർ ആകണമെന്ന്.

ഇന്നെന്റെ മൺപാതയിലൂടെ ആരൊക്കെ കടന്നുപോയെന്ന് കാര്യമായി ശ്രദ്ധിച്ചില്ല. ഉദ്ദേശം നാലുമണി കഴിഞ്ഞ് കാണും, കുട്ടികളെ ഇരുത്തി ഉന്തി കൊണ്ടുപോകുന്ന ചെറിയ ഒരു പ്രാമിൽ (ഉന്തുവണ്ടി) ഒരു മൂന്നു വയസ്സു വരുന്ന കുട്ടിയെ ഇരുത്തി ഒരമ്മ വെയിൽ കായാൻ നടന്നു പോയി. കണ്ണിന് കുളിർമയേകിയ ആ കാഴ്ച എന്റെ ജനലകലത്തിന്റെ ദൂരം വരെയേ നീണ്ടുള്ളൂ.

ചുരുക്കം പറഞ്ഞാൽ സക്രിയമായി എന്തെങ്കിലും ചെയ്യാനില്ലെങ്കിൽ അല്ലെങ്കിൽ നെറ്റ് ഡേറ്റ കയ്യിലില്ലാത്തപ്പോൾ നമ്മൾ അതുമിതും ചിന്തിച്ചിരിക്കും എന്റേയും അവസ്ഥ അത് തന്നെ. ചിലപ്പോൾ പ്രകൃതിയെ, ചിലപ്പോൾ മൃഗങ്ങളെ അല്ലെങ്കിൽ മനുഷ്യനെ കുറിച്ച്. ഇന്നിപ്പോ... മനുഷ്യൻ എന്ന വാക്കിന്റെ അർത്ഥത്തെ കുറിച്ചാണ് പെട്ടെന്ന് ആലോചിച്ചത്. പല അർത്ഥങ്ങളിൽ ഒന്ന് ലഭിച്ചത് 'മനുവിന്റെ മകൻ' അത്

അത്ര സ്വീകാര്യമായി തോന്നിയില്ല. മനീഷയുള്ളവൻ മനുഷ്യൻ എന്ന എന്റെ സ്വയം കൃതിയാണ് കുറച്ച് കൂടി താല്പര്യം. അതെന്തെങ്കിലുമാകട്ടെ പക്ഷേ ചിന്ത അതല്ല, എന്താണ് മനുഷ്യന് അവശ്യം വേണ്ടിയിരുന്നത്. അവന് അവശ്യം വേണ്ടിയിരുന്നത് ഭക്ഷണം, ഇണ പിന്നെ അണയാനൊരു കൂട് ഇത്രയേ ഉള്ളൂ. 500 കൊല്ലത്തിനപ്പുറം അവന് വേണ്ടിയിരുന്നതെല്ലാം പ്രകൃതിയിലുണ്ടായിരുന്നു. ഇന്ന് അതിന്റെ ലിസ്റ്റ് കൂടിയപ്പോൾ അവൻ ക്രയാവശ്യാർത്ഥം പൊന്നും പണവും ഉപാധിയാക്കി. അതോട് കൂടി അവൻറെ ആവശ്യത്തിന്റെ പ്രധാന ലിസ്റ്റിൽ ആദ്യത്തേത് പണവും പെണ്ണും പിന്നെ ബാക്കിയെല്ലാം തരം പോലെ എന്നുമായി.

കാമം നൈസർഗിക ചോതന എന്ന രീതിയിൽ ഒരു ആണിനും പെണ്ണിനും സമൂഹഘടന അനുശാസിക്കും പോലെ എന്നും ഒരേ വ്യക്തിയെക്കുറിച്ച് ചിന്തിക്കാനാകില്ല. പലർക്കും പലരോടും പല രീതിയിലാണ് ആ ഉൾവിളി ഉണ്ടാകുന്നത്. എനിക്കും അത്തരം ഉൾവിളികളുണ്ടാവാറുണ്ട് പക്ഷേ സാഹചര്യം, സമൂഹം, കുടുംബം എന്നീ പ്രസ്ഥാനങ്ങൾ എന്റെ ജന്മവാസനയെ നിയന്ത്രിതമാക്കിവെക്കും. പക്ഷേ നിയന്ത്രണ വിധേയമല്ലെങ്കിൽ അത് സമൂഹഘടനയുടെ തുലനം തെറ്റിക്കും. അത് കൊണ്ടുള്ള ഫലങ്ങൾ നിത്യേന നമ്മൾ പത്രങ്ങളിൽ വായിക്കുന്നുണ്ട്. ജീവിതത്തിലെ ഏതെങ്കിലുമൊരു അവസരത്തിൽ കാമമെന്ന വഴവഴപ്പാർന്ന പഴ തൊലിയിൽ ചവിട്ടി ചെറുതായെങ്കിലും അടിതെറ്റാത്തവർ ഉണ്ടാകുമോ? അവരുടെ എണ്ണം വളരെ വിരളമായിരിക്കും.

ഈ സമയം ഞാൻ മാലിദ്വീപിലെ ഒരു മുൻ അധ്യാപകന്റെ കാര്യമോർത്തു പോയി. മാലിദ്വീപിൽ അധ്യാപകനായി വന്ന ബഹുഭൂരിപക്ഷവും ഞാനടക്കം, നാട്ടിൽ രക്ഷയില്ലാതെ മാന്യമായി കുടുംബം പോറ്റാനും അവരുടെ ആവശ്യങ്ങൾ നിറവേറ്റാനുമാണ് ഇങ്ങോട്ട് കടൽ കടന്നത്. സ്വന്തം ജീവിതം ഹോമിച്ചാലും ഇവിടെ തുടരുന്നതും അത് കൊണ്ടാണ്. ആ അധ്യാപകനും അതു തന്നെയാണ് ചെയ്തത്.

പഠന ബോധനത്തിന്റെ കാര്യത്തിൽ ഓരോ ജനതയ്ക്കും അവരുടേതായ പ്രത്യേകതകൾ ഉണ്ട്. നമ്മുടെ നാട്ടിൽ വിദ്യാർത്ഥികൾക്ക് ഗുരുഭക്തി, വിനയം അനുസരണ എന്നിവ പൊതുവേ കൂടുതലാണ്. അത് എവിടേയും പ്രതീക്ഷിക്കുന്നത് തെറ്റ്. ഇപ്പോ നമ്മുടെ നാട്ടിലെ ആൺകുട്ടികളും പെൺകുട്ടികളും ഗുരുത്വക്കേട് കാണിക്കാറുണ്ട്. ഇവിടേയും ആമ്പിള്ളേർ ഗുരുത്വക്കേട് കാണിക്കാറുണ്ട്, പഠനത്തിൽ ചിലപ്പോൾ ശ്രദ്ധിക്കില്ല. ചിലപ്പോൾ കളിയാക്കുകയും ചെയ്യും. പക്ഷേ അതിനെ സാമാന്യവൽക്കരിച്ച് ഇവിടുത്തെ പൊതുബോധമായി

ചിത്രീകരിക്കുന്നത് ശരിയോ? ഇവിടുത്തെ ഉപ്പും ചോറും തിന്ന് ഇവിടുത്തു കാരെ കുറിച്ച് ഓൺലൈൻ മീഡിയയിൽ തെറ്റായ കുറിപ്പുകൾ എഴുതുക. ഇവിടുത്തെ സ്ത്രീകളുടെ ശൃംഗാര രസഭാവങ്ങൾ ആസ്വദിക്കുക പിന്നെ അത് എഴുതി വർണ്ണിക്കുക അതൊക്കെ മോശം തന്നെ.

ഇവിടുത്തുകാർ, കരുതും പോലെ അത്ര മണ്ടൻമാരല്ല, ഈ പറഞ്ഞ അധ്യാപകന്റെ ശീലങ്ങൾ പറഞ്ഞറിഞ്ഞും അത് ശരിയെന്ന് രഹസ്യ മായി അന്വേഷിച്ച് ബോധ്യപ്പെട്ടപ്പോൾ ഒരു ചെറിയ പരാതി, അതോടെ പോലീസ് അന്വേഷണവും നിലവിളിയും മുറവിളയുമായി. ഉപ്പുകുട്ടി ചോറുണ്ട ആരെങ്കിലും അവരെ താറടിച്ചാൽ കയ്യും കെട്ടി മിണ്ടാതിരിക്കുമോ?

കുറച്ച് നാൾ ജയിലിൽ കിടന്ന് ടിയാൻ ഒടുക്കം ഇന്ത്യാ ഗവൺമെ ന്റിന്റെ ഇടപെടലിൽ ഡീ പോർട്ടടിച്ച നാട്ടിലെത്തി. ഈ സംഭവം അയാളുടെ നല്ല കാലത്തിന് മനുഷ്യാവകാശ ലംഘനം എന്ന തലക്കെ ട്ടിൽ ചർച്ചയാവുകയും തുടർന്നയാൾ മാലിദ്വീപനുഭവങ്ങൾ അരയ്ക്കൊന്നര എന്ന കണക്കിൽ പർവ്വതീകരിച്ച് ആതിനെ അത്മകഥാപരമായ ഓർമ്മ കുറിപ്പായി പ്രമുഖ പത്രത്തിൽ ഖണ്ഡശ പ്രസിദ്ധീകരിച്ചു. അത് പുസ്ത കമായി പിന്നെ അത് അക്കാദമി അവാർഡിലേക്കുമെത്തി. അയാൾ കൃതിയിൽ പറഞ്ഞ അർദ്ധ സത്യങ്ങളും അസത്യങ്ങളുമെല്ലാം കാശ് കൊടുത്ത് പുസ്തകം വായിച്ച വായനക്കാരൻ ഇതെല്ലാം സത്യമോ എന്ന മട്ടിൽ കണ്ണുമിഴിച്ചു. അങ്ങനെ സത്യവിരുദ്ധമായ ഭാവനകൾ സത്യമായി.

ഈ ജനതയെ കുറിച്ച് ഇല്ലാചിത്രങ്ങൾ വരച്ചത് കൊണ്ട് ഇന്നാട്ടു കാർ സംസ്കാര ശൂന്യരും മറ്റു പലതുമായി. വരച്ചയാളോ വീണിടം വിദ്യ എന്ന നിലയിൽ അക്കാദമി പട്ടവും ചുമന്ന് പുസ്തകം കാശാക്കാൻ നടക്കുന്നു. എന്തൊരവസ്ഥയാണത്? പ്രതി വാദിയാവുക എന്നത്. സത്യത്തിൽ എന്തായിരുന്നു പ്രശ്നത്തിന്റെ കാതൽ? അധ്യാപനത്തി നേയും അധ്യാപകനേയും കുറിച്ച് അദേഹം കൂടെ കൂട്ടിയ മുൻവിധികൾ. പിന്നെ അധ്യാപനത്തിൽ അദ്ദേഹത്തിനുണ്ടായിരുന്ന നൈപുണ്യ കുറവ്. വാസ്തവത്തിൽ ഇത് രണ്ടുമാണ് പ്രശ്നങ്ങൾ.

ഇരുട്ടു പരന്നു തുടങ്ങിയ പാതയോരത്തിന്റെ അതിരുകളിൽ നാട്ടിയ വിളക്കുകാലുകളിൽ നിന്ന് മഞ്ഞ വെളിച്ചം പരന്നൊഴുകി തുടങ്ങി. മനസ്സിന് ഒരു ചെറുഭാരം പോലെ. ഉള്ളതിനെ കുറിച്ചല്ല ലഭിക്കാതെ പോയതിനെ കുറിച്ചാണ് വിഷമങ്ങൾ മുഴുവൻ. അഛൻ പാതയോരത്ത് മീൻ വിറ്റ് മകനെ പഠിപ്പിച്ച് അങ്ങനെ ഡോക്ടറായ ശിവദാസൻ ഡോക്ട റെപ്പോലെ ഒരു ഡോക്ടറാവാനാണ് ചെറുതിലേ മോഹിച്ചത്. സയൻസ് ഗ്രൂപ്പെടുത്ത് പഠിച്ച് സെക്കന്റ് ക്ലാസ്സിൽ പാസ്സാകാനേ സാധിച്ചുള്ളൂ,

ഒന്നും കാര്യമായി പഠിക്കാതെ മെഡിക്കൽ പ്രവേശന പരീക്ഷ എഴുതി പരാജിതനായി. ശേഷം പിജിക്ക് ചേർന്ന് സയന്റിസ്റ്റാവാൻ നോക്കി അതും നടക്കാതെ വന്നപ്പോൾ കൃഷ്ണയ്യരുടെ നിർബന്ധത്തിന് വഴങ്ങി ബിഎഡ് എടുത്ത് ടീച്ചർ പരീക്ഷ പാസ്സായി. കോളേജ് ലക്ചറാവാൻ പരീക്ഷയെഴുതി, ലക്ഷ്യം ഭേദിക്കാനായില്ല. സെറ്റ് പാസ്സായി എന്നാ പിന്നെ ഹയർസെക്കണ്ടറി അധ്യാപകനാവാൻ നോക്കി. അതും വിജയിച്ചില്ല. ഇനി വെറും അധ്യപകനാവാമെന്ന് കരുതി പി എസ് സി എഴുതി. രക്ഷയില്ല (പി എസ് സി യുടെ കഥ അന്നേ വഴിവിട്ട രീതിയിലാണ്). ഒന്നിലും രക്ഷയില്ലാതായപ്പോൾ ഇതിനിടെ സ്വകാര്യ സ്കൂളിൽ അധ്യാപകനായി. അത് മൂത്ത് മൂത്ത് പല വഴി കറങ്ങി തിരിഞ്ഞ് ഇന്ന് ഇതാ ഇവിടെ പതിനഞ്ചാം വർഷത്തിലേക്ക്. ഒരു വീറോടും വാശിയോടും മിനക്കെട്ടിരുന്നുവെങ്കിൽ ഏതുമാകാമായിരുന്നു. തിരിഞ്ഞു നോക്കുമ്പോൾ മാലിദ്വീപിലെ അധ്യാപനം പ്രതീക്ഷകളേ തന്നിട്ടുള്ളൂ പക്ഷേ കുടുംബം കൂടെയില്ലാത്തത് കൊണ്ടുള്ള ഇമ്പമ്മില്ലായ്മ മാത്രമാണ് ഒരു വലിയ പോരായ്മ.

പുട്ടിന് ഗോതമ്പ് നനച്ചത് കുറച്ച് ബാക്കിയായി. അത് കളയാൻ അടുക്കളവാതിൽ തുറന്നതാണ്. ദേ കിടക്കുന്നു ടാങ്കോ തന്റെ തെങ്ങി കുഴിയിലെ നാര് മെത്തയിൽ. അവന്റെ മുഖത്ത് നല്ല പരിചയ ഭാവം. പെട്ടെന്നാണ് പടിക്കെട്ടത്ത് അനക്കം ശ്രദ്ധിച്ചത്. ആ സന്യാസി ഞണ്ട്, തക്കാളി പേസ്റ്റിന്റെ ടിൻ കളഞ്ഞ് ഒരു തരക്കേടില്ലാത്ത ചിരട്ടയാണവൻ അണിഞ്ഞിരിക്കുന്നത്. ഭക്ഷണം കഴിഞ്ഞ് പാത്രം കഴുകാൻ പുറത്തിറങ്ങിയപ്പോൾ ഒരോഹരി സാമ്പാറു കൂട്ടി കുഴച്ച് ടാങ്കോയ്ക്ക് വേണ്ടി കരുതിയിരുന്നു. അതിട്ടു കൊടുത്തതും ടാങ്കോ ഇറങ്ങി വന്ന് അതിൽ പാതിയോളം കഴിച്ചു, പെരുത്ത് സന്തോഷം. പാത്രം കഴുകി പോരാൻ നേരം ടാങ്കോ കിടക്കുന്നിടുത്തേക്ക് ഒന്നുകൂടി നോക്കി. ആ കാഴ്ച വളരെ രസകരമായിരുന്നു. ചിരട്ടയണിഞ്ഞ ഞണ്ടിന് അടുത്തായി ഒരു ശംഖ് അണിഞ്ഞ ഞണ്ട്, അതിന് കുറച്ച് മാറി ഗ്ലാസ്സ് മാതിരിയുള്ള ഒരു സ്പ്രേ ബോട്ടിൽ മൂടിധരിച്ച് വേറൊരുത്തൻ. തീർന്നില്ല, അതിനടുത്തായി ഇടത്തരം ഇലക്ട്രിക് കപ്പാസിറ്ററിന്റെ ആവരണമണിഞ്ഞ് വേറൊരുത്തൻ. പുത്തനുടുപ്പിട്ട് വിലസാനിറങ്ങിയ കോളേജ് കുമാരൻമാരെപ്പോലെ അവരങ്ങോട്ട് ചലിച്ചു തുടങ്ങിയപ്പോൾ ഞാൻ പാത്രങ്ങളുമെടുത്ത് അകത്ത് കയറി വാതിലടച്ചു.

# നോവുകൾ നിനവുകൾ
# @14-13

ഇന്ന് ഉത്രാടം, നല്ല പ്രസരിപ്പാർന്ന പ്രഭാതം. പ്രകൃതി പൂത്തുലഞ്ഞ് നില്ക്കുന്നു (എനിക്ക് മുരിങ്ങയില പൂവ് മാത്രം കാണാം). അടുക്കളയിലെ ജനൽ ചത്വരത്തിലൂടെ നോട്ടമെത്തുന്നിടത്ത് എന്തോ ഒരാളനക്കം. അത് അടുത്ത വീട്ടിലെ ഗൃഹനാഥ വീടും പരിസരവും വൃത്തിയാക്കുകയാണ്. അവരുടെ നാല് മക്കളിൽ മൂന്ന് പേരും വിദ്യാർത്ഥികളാണ്. ഏറ്റവും ചെറിയ കുഞ്ഞി കാദർ പ്ലേ സ്കൂളിലാണ് പഠിക്കുന്നതെന്ന് തോന്നുന്നു. ഏതായാലും നല്ലൊരു കാഴ്ച അവരുടെ മുറ്റം കൂടാതെ മുന്നിലുള്ള മൺപാതയും എന്തിന് എന്റെ മുറ്റവും കൂടി അവർ വൃത്തിയാക്കിക്കൊണ്ടേയിരുന്നു മണിക്കൂറുകളോളം. ഞാനിവിടെ ഇത്രയും ദിവസം ക്വാറന്റൈനിലിരുന്നിട്ട് ഇന്ന് ആദ്യമായാണ് അവർ അത്രയും സമയം വെളിയിൽ ചിലവഴിച്ചത്. നാല് പിള്ളേരുടെ അമ്മയാണെങ്കിലും കണ്ടാൽ മുപ്പതിനപ്പുറം തോന്നില്ല. തരക്കേടില്ലാത്ത അംഗവടിവുമുണ്ട്. നമ്മുടെ നാട്ടിലാണെങ്കിൽ നാല് പേറ് കഴിഞ്ഞാൽ തടിച്ച് ചുളുണിയ ഒരു സ്ത്രീയെ മാത്രമേ പകരം സങ്കല്പിക്കാനാവൂ.

ചായ അരിച്ചത് കഴുകാൻ അടുക്കളക്ക് വെളിയിലിറങ്ങിയതാണ് തെങ്ങിൻ കുറ്റിയിലേക്ക് ഒന്ന് എത്തിനോക്കി ടാങ്കോയില്ല. പാത്രം കഴുകി വീട്ടിലേക്ക് കാലെടുത്ത് വെക്കുമ്പോൾ ടാങ്കോ എവിടെ നിന്നോ പതുക്കെ വന്ന് തെങ്ങിൻ കുറ്റിയിൽ കയറി കിടന്നു. എന്തൊരു ദൈന്യതയാണ് മുഖത്ത്.

ഹേയ് കഠിന ഹൃദയൻ "തകർന്ന് പോയ ആ കണ്ണിൽ നിന്നും നീരൊലിക്കുന്നത് നീ കാണുന്നുണ്ടോ?"

"എന്താണിവന്റെ കുറ്റം കൂടി വന്നാൽ അഞ്ചോ പത്തോ രൂപയുടെ എന്തെങ്കിലും കട്ട് തിന്നതാണോ?"

"അതിന് ഇത്ര വലിയ ശിക്ഷയോ?"

"നിന്നെ അടിക്കാൻ ആരും വരില്ലായിരിക്കാം പക്ഷ ഒന്നോർക്കുക നീയും കേവലം ഒരു പ്രാണി"

"നടന്നു പോകുന്ന വഴിയിൽ എപ്പോഴും നിശ്ചലമാകാവുന്ന ഒരു പ്രാണി"

എന്റെ ഉപ്പുമാവിൽ ഒരു ഭാഗം സാമ്പാറ് കുഴച്ച് ഞാനത് ടാങ്കോയുടെ അടുത്തു വെച്ചു. എന്നിട്ടും അവൻ അതെടുത്തില്ല. ഒടുക്കം ഞാൻ ഭക്ഷണം കഴിച്ച് ചെന്ന് നോക്കുമ്പോൾ ഉപ്പ്മാവ് മൂന്ന് നാല്യ കാക്കകൾ പങ്കിടുന്നതാണ് കണ്ടത്.

ഈ ഓണത്തിന് ഏട്ടൻ ഇല്ലാത്തതിന്റെ വിഷമവും, ടാങ്കോയെ അടിച്ച് മൃതപ്രായനാക്കിയ അജ്ഞാതനോടുള്ള രോഷവുമെല്ലാം ഒന്നയഞ്ഞത് കുടുംബ വാട്ട്സാപ്പ് ഗ്രൂപ്പിലെ കുട്ടികളുടെ ഓണാഘോഷ വേഷങ്ങൾ കണ്ടപ്പോഴാണ്. മൂന്നാം തലമുറയിലെ കുഞ്ഞുമക്കൾ മഹാബലിയായും ഉണ്ണിയാർച്ചയായും വേഷമിട്ട് സ്കൂളിലെ ടീച്ചർമാർക്ക് ഓണാഘോഷത്തിന്റെ ഭാഗമായി ഫോട്ടോ അയച്ച് കൊടുത്തിരിക്കയാണ്. സ്കൂളില്ലെങ്കിലും സംഭവം കളർഫുൾ ആണ്.

ഇതിനിടെ കല്യാണം കെട്ടാൻ നാട്ടിലേക്ക് വണ്ടി കയറിയ വിജിത്ത് മാലെയിൽ നിന്ന് വാട്ട്സാപ്പിൽ വിളിക്കുന്നു.

"ഹലോ വിജിത്ത്, റൂം കിട്ടിയോ"

"ഓ... കിട്ടി സാറേ അഞ്ഞൂറ് റുഫിയ വാടക രണ്ടാം തിയ്യതി പറക്കുമ്പോഴേക്കും പോക്കറ്റ് കാലിയാകും"

"ഭക്ഷണത്തിന് എന്താ ഇടപാട്"

"സാർ എന്റെ കസിൻ ഭക്ഷണം റൂമിലെത്തിക്കുന്ന ഹോട്ടലുകാരോട് ഇടപാടാക്കിയിട്ടുണ്ട്. അത് കൊണ്ട് ഇറങ്ങി നടക്കണ്ട"

"വിജിത്ത് സൂക്ഷിക്കുക. മാലെയിൽ ആവശ്യത്തിന് സ്പ്രെഡിംഗ് ഉണ്ട്"

"ഓ... ഞാൻ അധികമൊന്നും പുറത്തിറങ്ങിയില്ല"

"കല്യാണത്തിന് ഡേറ്റ് കണ്ടോ"

"ഓ... സെപ്റ്റംബർ 20 അന്നാണ്. എനിക്ക് ഒക്ടോബർ 7-8 ന് തിരിച്ചെത്തിയിൽ മതി"

"എല്ലാം ഉഷാറാകട്ടെ ഞാൻ വിളിക്കാം വിജിത്ത്"

"ഓ ശരി സാർ"

രണ്ട് ദിവസമായി കാർമേഘങ്ങളും സൂര്യനും പരസ്പരം കണ്ണ് പൊത്തിക്കളിയാണ്. പെട്ടെന്ന് വെളിച്ചം പോയി നിഴൽ പരക്കും നമ്മ ളോർക്കും ഉടനേ നല്ല ഒരു മഴ കിട്ടുംന്ന്. എവിടെ..., ഉടനേ സൂര്യൻ വെളിയിലെത്തും. ഇടയ്ക്കിടെ ഈ കളി തന്നെ, ഇത് ഒരു ഓണക്കളി യാണോ!

അഞ്ചിലും ആറിലും പഠിക്കുന്ന കാലത്താണ് ഓണത്തെ കുറിച്ചുള്ള വർണ്ണശബളമായ ഓർമ്മകളുള്ളത്. സ്കൂള് വിട്ടുവന്നാൽ പനയോല കൊണ്ടുണ്ടാക്കിയ വട്ടിയും, കവറും, ചിലർ സ്കൂളിലെ ചോറ്റുപാത്രവു മെടുത്ത് ചെറു സംഘങ്ങളായി പൂ പറിക്കാൻ പോയത് മനസ്സിലങ്ങനെ നിറഞ്ഞ് നില്ക്കാണ്. പാഥാറിനു താഴെ പിടിച്ചിറങ്ങി തുമ്പയും, തകരയും പറിച്ച് കൂട്ടത്തിൽ പൊൻനിറത്തിലുള്ള നൊട്ടി പഴം (നൊട്ടാനൊ ടിയൻ) പൊട്ടിച്ച് തിന്നും പിന്നെ അടുത്ത സ്ഥലത്തേക്ക്. സിഗ്നൽ സ്റ്റേഷൻ, അക്വേറിയം, പാർക്ക്, കമ്പനി ഗുദാം, ഹാരിസൺ ഗ്രൗണ്ട്, രണ്ടാം പാലം, ഗുജറാത്തി തെരുവ് അങ്ങനെ അലഞ്ഞ് അലഞ്ഞ് വൈകുവോളം പൂപറിച്ചങ്ങനെ ഒരു പോക്ക്. ഇന്ന് നഗരവൽക്കരണ ത്തിൽ എല്ലാ കുറ്റിക്കാടുകളും പച്ചപ്പുകളും മാഞ്ഞു പോയി.

അമ്മ ചാണകം മെഴുകിയ പൂക്കളത്തിൽ സ്കൂളിൽ പോണതിന് മുന്നേ കളം വരച്ച് ചേച്ചിയും, അനിയനുമെല്ലാം ചേർന്ന് പൂവിടുന്നത് ഒരു വല്ലാത്ത കാഴ്ചയാണ്. ഇടമഴയത്ത് കളം നനയാതിരിക്കാൻ കമ്പ് കൊണ്ട് പന്തലിട്ട് അതിന് മുകളിൽ ചേമ്പില വെച്ച് ഹോ ആലോചി ക്കുമ്പോഴേ ഒരു രോമാഞ്ചം. ഓണമൽസരങ്ങൾ, ആഘോഷങ്ങൾ അങ്ങനെ പലതും. ഇപ്പോൾ കൊറോണക്കും ഓണത്തിനും വലിയ വ്യത്യാസമില്ല രണ്ടിലും ഓണമുണ്ട്. പകിട്ടൊന്ന് കുറഞ്ഞെങ്കിലും ഇന്നും കേരളത്തിന്റെ ഏറ്റവും വലിയ തനത് ജനകീയ ഉൽസവം ഓണം തന്നെ.

തുറന്ന ചില്ല് ജാലകത്തിലൂടെ ഏതോ വീട്ടിലെ പാട്ടുപെട്ടിയിൽ നിന്നും ശോകാർദ്രമായ ഒരു അറബി ഗീതം വായുവിൽ വിലയിച്ചങ്ങനെ ഒഴുകുന്നുണ്ട്. പതിഞ്ഞുള്ള ആ ശോകരാഗത്തിന്റെ ഇശലുകളുടെ അർത്ഥം അറിയില്ലെങ്കിലും അത് പടച്ചവനോടുള്ള പരിദേവനമോ അല്ലെങ്കിൽ ഏതോ പ്രണയിനിയോടുള്ള പരിഭവമോ ആകാം.

വൈകീട്ട് നാല് മണി കഴിഞ്ഞപ്പഴേ ചൂടിന്റെ കാഠിന്യം കുറഞ്ഞ് തുടങ്ങി. ഏറിയും കുറഞ്ഞും അണമുറിയാതെയുള്ള കാറ്റ് സ്വർണ്ണവർണ മണിഞ്ഞ് നില്ക്കുന്ന വെൺ മേഘങ്ങൾ. കൊഴിഞ്ഞ് പോയ പൂക്കളേയും കഴിഞ്ഞ് പോയ പൂക്കാലവും ഓർമ്മിപ്പിച്ച് വിവിധ വർണ ഇലകൾ കുലുക്കി കൊണ്ട് ക്രോട്ടൻ ചെടിയും, കായ്ക്കാൻ മറന്നു പോയ നൊട്ടാ

നൊടിയനും വല്ലാത്ത ഒരു ഓർമക്കാലം മനസ്സിലേക്കാവാഹിച്ചു.

ഏതോ നിനവുകളിലലിഞ്ഞ് മുന്നിലെ ടേബിളിൽ ഒരു താളം തട്ടി കാഴ്ചയുടെ സീമകളെ മറയ്ക്കുന്ന മതിലിൽ വെറുതേ നോക്കിയിരുന്നു. എന്തോ ഒരു ശബ്ദം കേട്ടാണ് വഴിയരികിലേക്ക് നോക്കിയത്. ഒരു വിദ്യാർത്ഥിയുടെ ബാപ്പ (ബപ്പ എന്ന് ഇവിടെ വിളിക്കും) തെങ്ങോല ക്കണ്ണികൾ അരിഞ്ഞ് ഒരു ചുമടാക്കി എന്തോ ഉരുവിട്ട് കൊണ്ട് നടന്നു പോവുകയാണ്. മാലിദ്വീപിൽ കേരളത്തിലെ പോലെ തെങ്ങാലകൾ ഒന്നായി പാളിയടർത്തി നെയ്യാറില്ല പകരം ഓല കണ്ണികൾ ഇറുത്തെടു ത്ത് അതിന്റെ നീളത്തിൽ മൂന്നിടങ്ങളിൽ വലിയ ഇരുമ്പ് സൂചി കൊണ്ട് ഒന്നൊന്നിന്മേൽ കോർക്കും. സൂചിയുടെ പിന്നിലുള്ള നേരിയ ചൂടി കയർ അങ്ങനെ ഓല മെത്തയിലൂടെ വലിച്ചെടുത്ത് അതിനെ ഒന്നര രണ്ട് മീറ്റ റുള്ള മെത്തയാക്കും. ഇങ്ങനെ പല ഓല മെത്തകൾ കൊണ്ടാണവർ പണ്ട് പുര മേഞ്ഞിരുന്നത്. ഇപ്പോൾ അത് വിവിധ റിസോർട്ടുകളിലേക്ക് നല്ല വിലക്ക് വിറ്റ് കാശാക്കുന്നു.

പണ്ട് പണ്ട് ഇവിടെ തെങ്ങിന്റെ ഓലയും തടിയും മുളയാണിയും,കാ രിരുമ്പിന്റെ ആണിയും മാത്രം വച്ച് വീടുകൾ ഉണ്ടാക്കിയിരുന്നു. പിന്നീട് പവിഴപുറ്റ് അടിച്ച് കഷ്ണങ്ങളാക്കി അതിന്റെ കൂടെ സിമന്റ് ചാന്തും തേച്ച് കല്ലടുക്കുന്ന പോലെ വീടുകളുണ്ടാക്കി തുടങ്ങി. പിന്നീട് പുറ്റടയ്ക്കുന്നത് പരിസ്ഥിതിക്ക് ആഘാതമുണ്ടാക്കുന്നത് കൊണ്ട് സിമന്റ് ചേർത്ത മൺ കട്ടകൾ വീടിനുപയോഗിച്ചു തുടങ്ങി. ഇപ്പോഴും പല വീടുകൾക്കും പഴയ പവിഴപുറ്റ് കല്ലുകൾ കൊണ്ടുള്ള മതിലുകൾ കാണാം.

പതിമൂന്ന് ദിവസവും കിടപ്പറയും, ഇടനാഴിയും, അടുക്കളയും മാത്രമാണ് എന്റെ ലോകം. ദിവസവും മൂന്നോ നാലോ പ്രാവശ്യം പാത്രം കഴുകാനും വെള്ളമെടുക്കാനും അടുക്കളയ്ക്ക് വെളിയിലിറങ്ങിയത് മാത്രമാണ് പുറം ലോകവുമായുള്ള എന്റെ ബന്ധം. രാത്രി ഭക്ഷണത്തിന് ശേഷം ഇന്നും പതിവു പോലെ പാത്രം കഴുകാൻ വെളിയിലറങ്ങി. ഒഴിഞ്ഞ തെങ്ങിൻ കുറ്റി നോക്കി ഒരു നെടുവീർപ്പിട്ട് മുറ്റത്തെ നിലാ വെളിച്ചം കണ്ട് അറിയാതെ ആകാശത്തേക്ക് നോക്കി. നല്ല കുളിർ കാറ്റ്, തെളിഞ്ഞ നീലാകാശം പൂർണ ചന്ദ്രൻ വെള്ളിവെളിച്ചം. കാറ്റേറ്റതങ്ങനെ നോക്കി നിൽക്കാൻ എന്തൊരു സുഖം. പെട്ടെന്നാ ണത് തോന്നിയത് ചന്ദ്രൻ പൂർണ്ണ വൃത്തത്തിലല്ല എവിടെയോ കുറച്ച് മുഴച്ച് നില്ക്കും പോലെ. സംശയം തീർക്കാൻ കുറച്ച് കണ്ണിറുക്കി ചന്ദ്രനെ നോക്കി ഇപ്പോഴും പൂർണ്ണ വൃത്തത്തിലല്ല ഒരു വശം കുറച്ച് മെലിഞ്ഞു പോലെ വീണ്ടും കണ്ണ് മിഴിച്ച് നോക്കി ഇപ്പോഴും വൃത്തം പൂർണ്ണമല്ല ഒരു വശം കുറച്ച് വീതിയേറിയിരിക്കുന്നു. പല പ്രാവശ്യം ആവർത്തിച്ചിട്ടും ഒരേ

ഫലം. അപ്പോഴാണെനിക്ക് ഒരു കാര്യം മനസ്സിലായത് പ്രശ്നം ചന്ദ്രനല്ല; എന്റെ കണ്ണിനാണെന്ന്. എന്റെ ദർശനത്തിലൊരു വക്രത ഉണ്ടെന്ന് ഞാനാദ്യമായി അറിയുന്നു.

സന്യാസി ഞണ്ടുകളും ടാങ്കോയും അപ്രത്യക്ഷരായിരിക്കുന്നു. കുറച്ച് നേരം വെള്ളിനിലാ ചന്ദ്രനെ നോക്കി സാവധാനം അകത്തു കയറി. ഇത്രയും ദിവസത്തിനിടക്ക് മൂന്ന് ലുങ്കി മുണ്ട് മാത്രമാണ് ഞാൻ കഴുകിയത്. വീടിന് വെളിയിലിറങ്ങാത്ത ഒരാൾക്ക് അരയിൽ തെരച്ച് കെട്ടിയ ലുങ്കി തന്നെ ധാരാളം. ഏതായാലും നാളെ ക്വാറന്റൈൻ അവസാനിക്കുന്നു പിന്നെ ഓണനാളല്ലേ, കുറച്ച് വസ്ത്രങ്ങൾ കഴുകണമെന്ന് കരുതുന്നു. ദിവസം മുഴുവൻ വെറുതെയിരിക്കുന്ന ആൾക്ക് വസ്ത്രം കഴുകാൻ സമയമില്ലേ എന്ന് ചോദിക്കരുത്. ഏറ്റവും മടിയുള്ള പരിപാടിയിൽ രണ്ടാമത്തെ ഐറ്റം അലക്കാണ്.

# നോവുകൾ നിനവുകൾ @14-14

ഇന്നലെ രാത്രി പന്ത്രണ്ട് മണിയോടടുപ്പിച്ചാണ് കിടന്നത്. ഇന്നും തഥൈവ. എത്ര ശ്രമിച്ചിട്ടും ഉറക്കം വരണില്ല. നാളെ തിരുവോണ നാളാണെന്നോ, ക്വാറന്റൈൻ തീരുന്ന ദിവസമാണോ എന്നൊക്കെയു ള്ള സന്തോഷത്തിന്റെ പൊട്ടിതെറിയൊന്നുമല്ല, പക്ഷേ എന്തോ ഒരു തരം വികാരം. വളരെ വർഷങ്ങൾ ജയിലിലൊക്കെ കിടന്ന്, ശിക്ഷാ കാലാവധി തീർന്ന് വിടുതൽ ദിനം വന്നെത്തുമ്പോൾ അവരുടെയൊക്കെ ഉള്ളിൽ ഏത് തരം വൈകാരിക വേലിയേറ്റങ്ങളാകും ഉടലെടുക്കുക.

തിരിഞ്ഞും മറിഞ്ഞും കിടന്ന് പാതിരാ കോഴികൂവുന്ന ഏതോ ഒരു യാമത്തിൽ ഉറങ്ങിപ്പോയി. ഓർമ്മയിൽ ശേഷിക്കുന്ന ഒരു സ്വപ്നവും കണ്ടില്ല. സമയം എത്രയായെന്നറിയില്ല ഉറക്കം പതിയെ പിൻവലിഞ്ഞ് ബോധമുണർന്ന് തുടങ്ങി. പുതച്ച ഉടുമുണ്ട് ശരീരത്തിൽ നിന്ന് ഊർന്നി റങ്ങിയിരുന്നു. കിടന്ന് കൊണ്ട് മൂരിനിവർന്ന് ഒരു കോട്ടുവായിട്ടു കൂടെ ഒരു അധോവായുവും(അതെ കേരള വളി തന്നെ) പുറപ്പെടുവിച്ച് ഒന്നു ചരിഞ്ഞു കിടന്നു.

പെട്ടെന്ന് ഫോൺ ബെല്ലടിച്ചു. ഇനി ഹെൽത്ത് വർക്കറും പരിവാര ങ്ങളും ടെസ്റ്റ് സാമ്പിൾ എടുക്കാൻ വരുന്നതാണോ? പരിചയമില്ലാത്ത നമ്പറാണ്, പെട്ടെന്ന് മുണ്ടെടുത്തുടുത്ത് ഫോൺ അറ്റൻഡ് ചെയ്തു. അത് സുനില മിസ്സായിരുന്നു.

“ഹലോ ഗുഡ്മോണിംഗ് ഷാനു സാർ”

“ഗുഡ്മോണിംഗ് മിസ്സ് എന്താ വിശേഷിച്ച്”

“ഹാപ്പി ഓണം സാർ”

“ങാ... ഹാപ്പി ഓണം മിസ്സ്”

"പിന്നെ സാറെ, ഇന്നത്തെ ബ്രേക്ക്ഫാസ്റ്റും ഉച്ചക്കുള്ള ഊണും ഞാൻ കൊണ്ടു വരട്ടെ"

മനസ്സിൽ ഒരു കുളിർ മഴ... "മിസ്സ് കൊണ്ടുവന്നോളൂ"

അര മണിക്കൂറിനുള്ളിൽ പതിയെ മിസ്സ് ഒരു സൈക്കിളിൽ വന്ന് ഒരു കവർ തന്ന് സ്കൂളിലേക്ക് പോയി. പാർസൽ വേഗം തന്നെ അടുക്കളയിലെ മേശമേൽ വെച്ച് തുറന്നു. ഒരു ചോറ്റുപാത്രത്തിൽ അഞ്ച് ഇഢലിയും അതിന് മുകളിൽ മടക്കി വിരിച്ച ഒരു ദോശ പിന്നെ ചെറിയ ഡബ്ബയിൽ ചട്ട്നി. അറിയാതെ വിശപ്പങ്ങു കൂടികൂടി വന്നു. ഒൻപത് മണിക്ക് ഇഡ്ലിയും ചട്നിയും അകത്താക്കി. ഹോ ആശ്വാസമായി. മനസ്സിന് വല്ലാത്ത ഒരു സന്തോഷം. ഇനി ഉച്ചക്ക് ചോറും കറിയും വരാനുണ്ടല്ലോ. ഉൽസാഹത്തോടെ വാട്ട്സാപ്പും ഫേസ് ബുക്കും തുറന്നു. എല്ലായിടത്തും ഓണ സദ്യയുടെയും, മാവേലിയുടെ പടമിട്ടും ആശംസകൾ തന്നെ. മരുമകന്റെ മകന്റെ ഒരു ഓണ ഡാൻസ് വീഡിയോയും കണ്ട് എല്ലാവർക്കും ഒറ്റവാക്കിൽ ഓണം പറഞ്ഞവസാനിപ്പിച്ചു. രാത്രിയുറക്കം ശരിയാവാത്തതിനാലാവാം കിടന്നകിടപ്പിൽ മെല്ലെ ഉറങ്ങിപ്പോയി. പകലുറക്കത്തിൽ അബദ്ധജഡിലങ്ങളായ ചില ദിവാസ്വപ്നങ്ങളിലൂടെ സഞ്ചരിക്കവേ ഫോൺ ചിലച്ച് തുടങ്ങി. ഇത്രവേഗം സുനില മിസ് ഊണ് കൊണ്ടുവന്നോ എന്ന് കരുതി ഫോണെടുത്തു.

ഹെൽത്ത് വർക്കർ ആണ്, "ഹലോ സാർ ഹൗ യൂ ഫീൽ"

"ഹലോ.. മാം ടുഡേ ഈസ് ഫോർട്ടീൻത്ത് ഡേ സോ ടുമോറോ ഐ കാൻ ഗോ ഔട്ട്" ?

"നോ നോ ടുമോറോ യു ഹാവ് ടു സ്റ്റേ ദേർ ആസ് പെർ ഔർ ഡേറ്റ ടുമോറോ ഈസ് ലാസ്റ്റ് ഡേ"

"വീ വിൽ കം ദേർ ടു ചെക്ക് യു ആഫ്റ്റർ ഗെറ്റിംഗ് റിസൽട്ട് വീ വിൽ ഇൻഫോം യു"

ദേഷ്യം നുരഞ്ഞ് പതിഞ്ഞ് വരുന്നുണ്ട്. എന്തൊക്കെയോ പറയണമെന്നുണ്ട് പക്ഷേ ഇതാണ് സിസ്റ്റം. അത് കൊണ്ട് എല്ലാം കടിച്ചിറക്കി.

"ഓകെ മാം" ഞാൻ ഫോൺ വെച്ചു.

'അത്തം കറുത്താൽ ഓണം വെളുക്കും' എന്ന ചൊല്ലിൽ എന്തെങ്കിലും സംഗതി ഉണ്ടോ എന്നറിയില്ല, ഏതായാലും ഓണത്തിന് പറ്റിയ ഒരന്തരീക്ഷം തന്നെയാണ് ഇന്ന്. ഉച്ചനേരത്തും ഇളം കാറ്റുണ്ട്. അതികഠിന ചൂടുമില്ല. ഫോണെടുത്ത് ഓണാശംസകൾ അറിയിച്ചവർക്കെല്ലാം തിരിച്ച് ഡെക്കറേഷൻ ഒന്നുമില്ലാതെ ഒരു പ്ലെയ്ൻ ഓണാശംസകൾ നേർന്നു. വളരെ അടുത്ത സുഹൃത്തുക്കളെയെല്ലാം വിളിച്ച്

ഓണവിശേഷങ്ങൾ അന്വേഷിച്ചു. പ്രാഥമിക സമ്പർക്ക പട്ടികയിൽ പെട്ട ജ്യേഷ്ഠന്റെ മകനും കൂട്ടാളികൾക്കും ഇത് വരെ രോഗലക്ഷണങ്ങൾ ഒന്നും ഇല്ല എന്നാണ് അവൻ ഫോണിൽ പറഞ്ഞത്.

ഞാനെന്റെ വഴിയോര കാഴ്ചകൾക്കായി കർട്ടന് പിറകിലിരുന്നു. കുറച്ചകലെയുള്ള വീട്ടിലെ പ്രായമായ സ്ത്രീ നാലഞ്ച് ഓല വലിച്ച് കൊണ്ട് പോകുന്നു, ഓലമെത്തയുണ്ടാക്കാനായിരിക്കും. കുറച്ച് കഴിഞ്ഞ് ഒരു പ്രായമായ സ്വാതികനായ മനുഷ്യൻ നാലഞ്ച് തേങ്ങ തൊണ്ടിലെ തൊലി കൂട്ടികെട്ടി കൈയ്യിൽ പിടിച്ച് പോകുന്നുണ്ട്. ഇവിടുത്തെ തെങ്ങും വൃക്ഷങ്ങളും ഇടതൂർന്ന വനപ്രദേശത്ത് ഉപയോഗപ്രദമായ സാധനങ്ങൾ തേടി കുറച്ച് പേർ സ്ഥിരമായി പോകാറുണ്ട്. ചിലർ ബദാം കായ പെറുക്കും, ചിലർ തേങ്ങ ശേഖരിക്കും, ചിലർ ഓല കൂട്ടി യിട്ട് കൊണ്ടുവരും. ഇത് ഒരു കായിക ഉപാധിയും കൂടെ ചെറിയ ഒരു വരുമാനവും കിട്ടും. മറക്കരുതാത്ത ഒരു കാര്യം വിദേശ രാജ്യങ്ങളിലെ പോലെ ഇവി അറുപത്തഞ്ച് കഴിഞ്ഞവർക്ക് അയ്യായിരം റുഫിയ (Rs 23000 നാട്ടിൽ) വാർധക്യ പെൻഷൻ ഉണ്ട്.

അടുക്കള ഭാഗത്തെ വാതിൽ തുറക്കുമ്പോൾ കീടനാശിനിയുടെ രൂക്ഷ ഗന്ധം ഉണ്ട്. വീടിന് സ്ഥലമനുവദിച്ചവർ അവരുടെ സ്ഥലത്ത് നിൽക്കുന്ന തെങ്ങുകൾ വെട്ടി രണ്ട് ഇഞ്ച് കനത്തിൽ ബീമുകളാക്കും. എന്നിട്ട് കുത്തി പോകാതിരിക്കാനും മറ്റുമാണ് കെമിക്കൽ അടിക്കു ന്നത്. നാട്ടിലാണെങ്കിൽ വാർപ്പ് തട്ടിന് പലകയടിക്കാനും കുത്ത് കൊടുക്കാനും മാത്രമേ ഇതുപയോഗിക്കൂ. എന്നാലും ഇത് ഇവിടെ പെട്ടെന്ന് കേടാകുന്നില്ല എന്നത് ഒരു അതിശയം തന്നെ.

ഒന്നും ചെയ്യാനില്ല എന്ന ബോധത്തിൽ വീണ്ടും കിടന്നങ്ങ് ഉറങ്ങി പ്പോയി. രണ്ട് പതിനഞ്ചിന് ഞെട്ടിയെണീറ്റു അതികഠിനമായ വിശപ്പ്. സുനില ടീച്ചർ ഇനി ഭക്ഷണകാര്യം മറന്നതാണോ. വയറ്റിനുള്ളിൽ അഗ്നിസ്ഫുലിംഗങ്ങൾ പാഞ്ഞു തുടങ്ങി. ബോട്ടിലിലെ വെള്ളമെടുത്ത് രണ്ട് മടക്ക് കുടിച്ചു. സാധാരണ പത്തരക്ക് പ്രാതൽ കഴിഞ്ഞാൽ മൂന്നു മണിക്കുള്ളിൽ ഉച്ചയൂണ് കഴിച്ചാൽ മതി. ഇഡ്ഢലി ഒരു കരുത്തില്ലാത്ത ഭക്ഷണമല്ലേ അത് കൊണ്ടാകും. ഉടൻ മുന്നിൽ കണ്ടത് അവലോസ് പൊടിയാണ്. ഒന്നും നോക്കാതെ അവലോസ് പ്ലേറ്റിലിട്ട് പഞ്ചസാര കൂട്ടി കഴിച്ചപ്പോൾ ഒരു രക്ഷയായി. കൃത്യം രണ്ടരക്ക് സൈക്കിൾ ബെൽ കേട്ടു, സുനില ടീച്ചർ തന്നെ സൈക്കിളിന്റെ മുൻവശത്തെ കുട്ടയിൽ ഒരു പാട് സാധനങ്ങളുമായി വന്നിറങ്ങി. എല്ലാം വാങ്ങിവെച്ച് വെളുക്കെ ഒരു നന്ദിയും പറഞ്ഞ് വാതിലടച്ചു.

കുളി കഴിഞ്ഞ് നേരേ പോയി കവറുകളും ഡബ്ബകളും തുറന്നു. എട്ട്

പത്ത് തരം തീൻ മേശയിൽ നിരന്ന് നില്ലാണ്. അവിയൽ, തോരൻ, സാമ്പാർ,തീയൽ, കാളൻ,ചമ്മന്തി, കൂട്ടുകറി, അച്ചാർ, പപ്പടം, പ്രഥമൻ ബലേ ഭേഷ്, നല്ല വാട്ടിയ വാഴയിലയിൽ പൊതിഞ്ഞ ബസ്മതി അരിയുടെ ചോറും. എന്റെ ഏകാന്തതയുടെ രസക്കേടിനിടക്ക് പൂക്കളും പോലെ ഈ ഓണസദ്യയുടെ രസങ്ങൾ വാരിവിതറിയതാരുടെ നിശ്ചയം. സുനില മിസ്സിനോടും സംഗീത മിസ്സിനോടും അളവറ്റ കൃതജ്ഞത തോന്നി. എല്ലാ രസങ്ങളും ഒരു മേളപെരുക്കം പോലെ ഒന്നിനു മുകളിൽ ഒന്നായി രസമുകുളങ്ങളിൽ ഉദീപനം തുടരുമ്പോൾ അതിനെ സന്തോഷപൂർവ്വം എതിരേല്ക്കാൻ ആമാശയം തിടുക്കം കൊള്ളുന്നു. ചോറും കറിയുമെല്ലാം ശരിക്കുമൊന്നു പെരുമാറിയിട്ടും രാത്രിക്കുള്ളത് ബാക്കിയുണ്ട്. ഞാൻ അതിൽ ഖുഷിയാണ്.

എന്റെ മക്കൾക്ക് ഇന്ന് രാജലക്ഷ്മി ഊണിന് രണ്ട് തരം കറി പപ്പടം തോരൻ പുളിയിഞ്ചി എന്നിവ മാത്രം. ഏട്ടൻ പോയത് ഒരു കൈ നഷ്ടപ്പെട്ടത് പോലെയാണ് എനിക്ക്. മൂപ്പരുണ്ടായിരുന്നെങ്കിൽ എന്ത് നല്ല ഒരു ഓണമായേനെ ഈ പ്രാവശ്യം. ഞാനില്ലാത്തതിന്റെ കുറവറിയിക്കാതെ വേണ്ടതെല്ലാം വാങ്ങി വീട്ടിലെത്തിക്കും. ഏട്ടന് പകരം വെക്കാൻ വേറെ ഒരു മുഖവും ഞാൻ കാണുന്നില്ല.

മൂന്നരയോടെ ചൂടിനു നല്ല കുറവുണ്ട്. ദ്വീപിലെ ഏഴ് എട്ട് ക്ലാസുകളിലെ വിദ്യാർത്ഥിനി സംഘങ്ങൾ ഇടയ്ക്ക് കൂട്ടമായി സൈക്കിൾ സവാരി നടത്തും. എതിർവശത്തെ വീട്ടിലെ വിദ്യാർത്ഥിനിയെ കാത്ത് മൂന്ന് നാല് വിദ്യാർത്ഥിനികൾ മൺപാതയിൽ സൈക്കിൾ ചക്രങ്ങൾ മുന്നാക്കം പിന്നാക്കം ചലിപ്പിച്ച് നില്ക്കുന്നു. ബാങ്ക് വിളിക്കുന്നത് വരെ ഇവർ ദ്വീപിൽ പലസ്ഥലങ്ങളിൽ കൂട്ടം കൂടി നിന്ന് കളിചിരി തമാശകൾ പങ്കുവെച്ച് അലഞ്ഞ് തിരിയും. ഒന്നിനെ കുറിച്ചും ചിന്തിക്കേണ്ടാത്ത പ്രായം. ഇതിനിടയ്ക്ക് ചെറിയ ചില കുട്ടി പ്രേമകഥകളുമുണ്ടാവും. അതൊക്കെ പറഞ്ഞാൽ തീരില്ല.

മാലിദ്വീപിൽ നൂറു ശതമാനവും ചെറുക്കനും പെണ്ണും തമ്മിലിഷ്ട പെട്ടാണ് വിവാഹം. ഈ ഇഷ്ടപ്പെടൽ സ്കൂളിൽ തുടങ്ങാം കോളേജിൽ തുടങ്ങാം. പിന്നെവിടെയും തുടങ്ങാം അത് പോലെ എവിടേയും ഒടുങ്ങാം. വിവാഹം, അതിന്റെ മതപരമായ ചടങ്ങ് വളരെ ലളിതമാണ്. പൊന്ന് പണം ഒന്നുമില്ല. ആകെയുള്ള ആർഭാടം വിവാഹ പാർട്ടിയും അന്നത്തെ ഡ്രസ്സുമാണ്. അത് തന്നെ കുറച്ച് സാമ്പത്തികം കുറഞ്ഞവർ ചെറിയ തോതിൽ നടത്തും. ഏതായാലും വിവാഹങ്ങൾ നടക്കുമ്പോൾ ഇവിടുത്തെ കാക്കകൾക്ക് കുശാലാണ്. അതുപോലെ തന്നെ വിവാഹ

മോചനങ്ങളും വിരളമല്ല. വിവാഹ മോചിതരായവർക്ക് വീണ്ടും വിവാഹം കഴിക്കാം. അവരവരുടെ ഇഷ്ടപ്രകാരം. വിവാഹവും വിവാഹമോചനവും ഇവിടെ അതിഭയങ്കരമായ ഒരു സംഭവമല്ല (നമ്മുടെ കേരളത്തിലും ഇപ്പോഴത്തെ സ്ഥിതി ഇങ്ങനെയൊക്കെ മാറി വരുന്നു എന്ന് വേണം കരുതാൻ). വിവാഹ മോചനത്തിന് ശേഷം മക്കൾ അധികവും അമ്മയുടെ കൂടെയാണ് താമസിക്കുക. അഛൻ മക്കൾക്ക് ചിലവിന് കൊടുക്കണം. ഇവിടുത്തെ സമൂഹം അമ്മ കേന്ദ്രീകൃതമാണ്.

എനിക്ക് ലഭിച്ച ഓണസദ്യയിൽ ഒരു പങ്ക് ടാങ്കോയ്ക്ക് കൊടുക്കാൻ ഞാൻ ഒരുക്കമായിരുന്നു. പക്ഷേ അവൻ വന്നില്ല. എന്റെ അടുക്കള ക്കടുത്ത് കിടന്നിട്ട് മാംസാഹാരിയായ ടാങ്കോയ്ക്ക് കാര്യമായൊന്നും ലഭിക്കാത്തത് കൊണ്ടാകാം വീണ്ടും രണ്ട് ദിവസമായി ആളെ കാണു ന്നില്ല. വെളിയിലുള്ള കൊട്ടത്തളത്തിൻ (സിങ്ക്) ചിവിട്ട് പടിയ്ക്കടിയിലുള്ള മണ്ണ് ഇളകിയിരിക്കുന്നു. തുരപ്പൻ കുഴിച്ചപോലെ. വൈകുന്നേരം പാത്രം കഴുകാൻ ചെന്നപ്പോഴാണ് കുഴിയെടുത്തവനെ കണ്ടത്. ഒരു വലിയ സന്യാസി ഞണ്ടാണ് അതിന്റെ അധിപൻ. ശരീരം മറയ്ക്കാൻ ഇത്തവണ പുറംചട്ടകളൊന്നുമില്ല ചങ്ങാതിക്ക്. എടുത്തണിയുന്ന പുറം കവചമാണ് അവന്റെ രക്ഷയും വ്യക്തിത്വവും. അതില്ലാതെ പറ്റില്ല കാരണം അനാ വൃതമാക്കപ്പെടുന്ന സ്വത്വം വികൃതവും ഒരു പക്ഷേ മറ്റുള്ളവരാൽ ആക്ര മിക്കപ്പെടുന്നതിനും കാരണമാകാം.

ഇന്ന് സാമ്പിൾ എടുക്കാൻ ഹെൽത്തിൽ നിന്ന് ആളുവരുമെന്ന് കരുതിയതാണ്. പക്ഷേ കാത്തിരുന്ന് കാത്തിരുന്ന് സമയം പോയ തല്ലാതെ വേറെ ഒന്നും സംഭവിച്ചില്ല. ഇന്നു മോചിക്കപ്പെടുമെന്ന വ്യാമോഹം ഉച്ചയോടെ പൊലിഞ്ഞു. ഇനി നാളത്തെ പ്രഭാതത്തിന്റെ പ്രതീക്ഷകൾക്കായി കാത്തിരിക്കാം.

# നോവുകൾ നിനവുകൾ @14-15

ഇനി ഇന്നത്തെ കഥകളെന്താവുമോ എന്തോ. സ്പോഞ്ച് കിടക്കയിൽ കിടക്കുന്നതും സ്പായിലെ നീരാവി കുളിയും ഏകദേശം ഒരു പോലാണ്. ഒരു വ്യത്യാസം മാത്രം, സ്പോഞ്ച് ബെഡിൽ കിടന്നെഴുന്നേറ്റാൽ തലയിണയിലും മറ്റും വിയർപ്പ് പിടിച്ച് ആകെ കുഴഞ്ഞ് കുത്തി വറുത്ത പപ്പടം വെളിയിൽ വെച്ചപോലായിരിക്കും നമ്മുടെ അവസ്ഥ. പക്ഷേ സ്പായിൽ സ്റ്റീം ബാത്ത് കഴിഞ്ഞാൽ ശരീരത്തിന് മൊത്തം ഒരു ഉണർവുണ്ടാകും.

രാത്രി മൂന്ന് മണിക്ക് പെട്ടെന്ന് മിഴിച്ച് പോയി. തലയിണയും ബെഡ് ഷീറ്റിന് മുകൾവശവും നനഞ്ഞൊട്ടിയിട്ടുണ്ട്. ഒന്ന് മൂത്രമൊഴിച്ച് കിടന്നിട്ടും പെട്ടെന്ന് ഉറക്കം വരുന്നില്ല. മൂന്നും പിന്നും അറിയില്ലെങ്കിലും ഒരു ദുഃസ്വപ്നം കണ്ടിരിക്കുന്നു, കുറച്ചൊക്കെ അവിടെയും ഇവിടേയും ഓർമ്മയുണ്ട്.

ആദ്യമൊക്കെ യുദ്ധങ്ങളും അഭ്യന്തര കലഹങ്ങളും തീവ്രവാദി ആക്രമണങ്ങളുമാണ് ജനങ്ങളുടെ സമാധാനം കെടുത്തിയിരുന്നത് അതും പലപല രാജ്യങ്ങളിൽ. ഇത് ഇപ്പോ ലോകത്താകമാനം ജനങ്ങളുടെയും സമാധാനക്കേടാണ്. വാർധക്യ രോഗങ്ങളാൽ അവശനെങ്കിലും കോവിഡ് പിടിപെട്ട് വെന്റിലേറ്ററിലായ മുൻ ഇന്ത്യൻ പ്രസിഡണ്ട് പ്രണബ് കുമാർ മുഖർജി ഇന്നലെ നിര്യാതനായി. തെന്നിന്ത്യൻ ഭാവ ഗായകൻ എസ് പി ബാലസുബ്രമണ്യം ഓഗസ്റ്റ് പതിമൂന്ന് മുതൽ കുറച്ച് ദിവസങ്ങളായി വെന്റിലേറ്ററിലാണ്. ദശലക്ഷങ്ങളുടെ ജീവൻ അത് കൊയ്തെടുത്തു ഇനിയത് എവിടെ ചെന്ന് നിൽക്കുമെന്ന് മഹാനായ മനുഷ്യന് പറയാനാകുന്നില്ല. ആണവപോർമുനയും കൊണ്ട് പതിനായിരക്കണക്കിന് കിലോമീറ്ററുകൾ സഞ്ചരിച്ച് ലക്ഷ്യം ഭേദിക്കാൻ കഴിവുള്ള മഹാശക്തികൾക്ക് ഇലക്ട്രോൺ മൈക്രോസ്കോപ്പിലൂടെ

മാത്രം കാണുന്ന ഈ സൂക്ഷ്മാണുവിനെ മെരുക്കാനാവുന്നില്ല. ഹാ കഷ്ടം എന്നല്ലാതെ എന്ത് പറയാൻ.

ഇളം ചൂട് കട്ടൻ ചായയിലെ കഫീനും, തിയോഫിലിനും തലച്ചോറിനെ ഉദ്ദീപിപ്പിച്ച് കൊണ്ടിരിക്കേ ആ സ്വപ്നത്തിനെ കുറിച്ചോർക്കുകയായിരുന്നു. അടുക്കള ജനലിലൂടെ പുറത്തേക്ക് കാണുന്ന ആകാശവും ഭൂമിയും ഇന്നലത്തേ പോലെ നല്ല ഉന്മേഷം പകർന്ന് നില്ക്കുന്നു. കാറ്റിന് കുറച്ച് കൂടി ആവേഗം കൂടിയിട്ടുണ്ട് പിന്നെ മേഘങ്ങൾ പല അടരുകളായി കട്ടിയിൽ കിഴക്കിനെ ലക്ഷ്യമാക്കി ഒഴുകുന്നു.

പെട്ടെന്ന് മുന്നിലുള്ള ജനലിന്റെ സ്പേസിലൂടെ ആ സ്ത്രീ വേഗത്തിൽ നടന്നു പോകുന്നു. ഓരോ ദ്വീപിലും ചിലപ്പോൾ നാട്ടിലും ചില മനുഷ്യർ ആ നാടിന്റെ അടയാളം പോലെ കാണാം. സനീമയുടെ മുത്തശ്ശിയെ കണ്ടാൽ ശരിക്കുമൊരു ഡാകിനിയെ ഓർമ്മവരും. കൂർത്ത താടിയിൽ ഒട്ടിപിടിച്ച തൊലിയും വളരെ കുറച്ച് മാംസവും കറുകറുത്ത കൺതടങ്ങളിൽ പിന്നോട്ട് കുഴിഞ്ഞ കണ്ണുകൾ. മാംസമില്ലാത്ത വളരെ മെലിഞ്ഞ് നീണ്ട പ്രകൃതം. ആകെമൊത്തം മൂടുന്ന കറുപ്പോ പച്ചയോ മുഴുക്കൈ ഉള്ള ഉറപോലത്തെ ഗൗൺ (പർദ്ധപോലെ) ശിരോവസ്ത്രവുമുണ്ട്. ദ്വീപിലെ കാടായ കാടെല്ലാം കയറിയിറങ്ങി തേങ്ങ ഓല പപ്പായ മുരിങ്ങക്ക അങ്ങനെ കിട്ടാവുന്നതെല്ലാം ശേഖരിക്കും. പലപ്പോഴും ഞങ്ങൾക്ക് തേങ്ങയും, ചിലപ്പോൾ പഴം പച്ചക്കറികൾ എത്തിക്കുന്നത് അവരാണ്. രണ്ടോ അഞ്ചോ റുഫിയയിൽ കാര്യം തീരും. ഞങ്ങൾ തമ്മിൽ വന്നതിൽ പിന്നെ കണ്ടിട്ടില്ല ഞാൻ താമസം മാറിയതും അവർക്കറിയില്ല, കണ്ടാൽ രണ്ട് തേങ്ങയോ മറ്റെന്തെങ്കിലുമെടുത്ത് വന്ന് വാതിലിൽ മുട്ടിയേനെ.

സ്വപ്നങ്ങളെ അപഗ്രഥിക്കുന്ന ഒരു പരിപാടി ആധുനിക മന:ശാസ്ത്രത്തിലുണ്ടെന്ന് കേട്ടിട്ടുണ്ട്. ഈ സ്വപ്നത്തിലങ്ങനെ എന്തെങ്കിലും ഉള്ളതായി തോന്നുന്നില്ല. നാട്ടിലെ ഫുട്ബോൾ കളി മൽസരങ്ങളാണ് വിഷയം. എന്റെ നേതൃത്വത്തിലുള്ള ഒരു ഫുട്ബോൾ ടീം മൽസരത്തിന് പേര് കൊടുക്കുന്നു. മൽസര ദിവസം കളിനടക്കുന്നു. ഞങ്ങളുടെ ടീമിന്റെ ആരാധകർക്ക് ഗ്രൗണ്ടിനകത്ത് കയറാൻ കഴിയുന്നില്ല. കാരണം ഒരു കെട്ടിടത്തിന്റെ ഗേറ്റിലൂടെ ടിക്കറ്റെടുത്ത് വേണം അകത്തേക്ക് പോകാൻ. ടിക്കറ്റുണ്ടെന്ന് സംഘാടക സമിതി പറഞ്ഞിരുന്നില്ല. നാട്ടിലെ സുപാലി ഒരു ഭ്രാന്തൻ പ്രകൃതമാണ് അവൻ ഗേറ്റിലൂടെ എങ്ങനെയോ ഉള്ളിൽ കടന്ന് അവിടെയുള്ള വരുമായി ഭയങ്കര അടിയായി. കൈയ്യിൽ കിട്ടിയതെന്തോ എടുത്ത് സുപാലി രണ്ടു പേരെ അടിച്ച് താഴെ ഇട്ടിട്ടുണ്ട്. വിവരം അറിഞ്ഞ് എല്ലാവരും അവിടേക്ക് ഓടി വന്നു. അടികൊണ്ട് കിടക്കുന്ന

രണ്ട് പേരും മരിച്ചിട്ടുണ്ട്. ഒരാളുടെ കൈ ഒടിഞ്ഞ് തൂങ്ങിയിട്ടുണ്ട്. കലിയടങ്ങിയ സുപാലി തലയിൽ കൈയ്യും കൊടുത്ത് നിലത്തിരിക്കുന്നു.

ആകെ ബഹളവും കരച്ചിലും ആക്രോശങ്ങളുമായി ജനങ്ങൾ കൂട്ടമായി റോഡിലൂടെ പോകുന്നു. കൂട്ടത്തിൽ ആരോ ഒരു കൊച്ചു കുട്ടിയെ വളരെ ചെറിയ ഒരു മുചക്ര വാഹനത്തിൽ മുന്നോട്ട് ഉന്തിവിട്ട് ഉന്തിവിട്ടങ്ങനെ പോകുന്നു. പെട്ടെന്ന് എതിർദിശയിൽ കാറ്റ് നിറച്ച വലിയ ടയറുള്ള ഒരു ട്രോളിയിൽ ഒരാൾ ഭാരവും വലിച്ച് വരുന്നു. കുട്ടിയെ ഉന്തിവിട്ടയാൾ കാൺകെ ആ വണ്ടി ട്രോളിക്കടിയിലേക്ക് ഉരുണ്ട് കൊണ്ടേയിരിക്കുന്നു ആളുകൾ ട്രോളിക്കാരനോട് ഇടത്ത് വലത്ത് എന്നൊക്കെ ഉച്ചത്തിൽ പറയുന്നതിനിടക്ക് അയാൾ പരവേശപ്പെട്ട് ട്രോളി വെട്ടിച്ചതും ടയർ കുട്ടിയുടെ ശരീരത്തിലൂടെ കയറി ഇറങ്ങി. മൂന്ന് മരണം അല്ല കൊലപാതകങ്ങൾ. ഒന്നും മുൻകൂട്ടി നിശ്ചയിച്ചതല്ല, പ്രത്യേകിച്ച് സമയക്രമമില്ല, തുടക്കമോ ഒടുക്കമോ ഇല്ല.

ആമാശയം കാലിയാണെന്നുള്ള സന്ദേശങ്ങൾ തലച്ചോറിലെത്തിത്തുടങ്ങി. വെയിൽ വല്ലാതെ മങ്ങി തുടങ്ങിയിരിക്കുന്നു. മേൽക്കൂരയിലെ അലുമിനിയം ഷീറ്റിൽ തെങ്ങോലകൾ തുടർച്ചയായി ഉരയുന്ന ശബ്ദം ചെവിയിൽ ചെറിയൊരു അസ്വസ്ഥതകൾ സൃഷ്ടിക്കുന്നു. ഭക്ഷണമുണ്ടാക്കാനുള്ള പാത്രം കഴുകാനായ് അടുക്കളവാതിൽ തുറന്നു സാമാന്യം ശക്തിയിൽ തണുത്ത കാറ്റടിക്കുന്നു. സൂര്യൻ മഴമേഘങ്ങൾക്കുള്ളിൽ മറഞ്ഞിരിക്കുന്നു. മഴതുള്ളികൾ സാവധാനത്തിൽ മേൽക്കൂരയ്ക്ക് മുകളിൽ പതിക്കുന്ന ശബ്ദം ആവർത്തിച്ച് കേൾക്കാം. മഴ ശക്തിപ്രാപിക്കുമെന്ന പ്രതീതി ഉണ്ടായെങ്കിലും കുറച്ച് കഴിഞ്ഞ് അത് നിന്നു. അടുത്ത ഏതോ കരയിൽ തീർച്ചയായും മഴ പെയ്തിരിക്കണം.

രാവിലെ ഭക്ഷണശേഷം പാത്രം കഴുകാൻ നിന്നപ്പോ വേസ്റ്റ് വെള്ളം ഒഴുകുന്ന കുഴൽ മണ്ണിൽ പതിപ്പിച്ച സ്ഥലത്ത് നിന്നും കുറേയേറെ മണ്ണ് ആ സന്യാസി ഞണ്ട് പാത്രം കഴുകാൻ നില്ക്കുന്ന സിമന്റ് കല്ലിൽ കൊണ്ടുവന്നിട്ടിട്ടുണ്ട്. ഒരിക്കലും അവൻ ശരീരം പ്രദർശിപ്പിക്കുന്നില്ല. ശരീരത്തേക്കാൾ മൂന്നിരട്ടിയിലേറെയാണ് കാലുകൾ അവന്റെ ശക്തിയും അതാണ്. ഒരുപക്ഷേ അവൻ കുഴിച്ച് കൂട്ടുന്നത് സ്വസ്ഥമായി പടം പൊഴിച്ച് തോടുറക്കുന്നത് വരെ ഒരു വിശ്രമ കേന്ദ്രമൊരുക്കാനാകാം. ഏതായാലും അവൻ അവന്റെ പണി എടുത്തോട്ടെ എന്ന ഭാവത്തിൽ ഞാനതിനെ വിട്ടു.

ചിലപ്പോഴെങ്കിലും സന്യാസി ഞണ്ടുകൾ തമാശയ്ക്ക് കാരണമായിട്ടുണ്ട്. തമിഴ്നാട്ടിലെ എന്റെ ഒരു അധ്യാപസുഹൃത്ത് വെക്കേഷന് നാട്ടിൽ പോകാൻ നേരം വീട്ടിലെ ഷോകേസിൽ വെക്കാനും മറ്റും

ബീച്ചിൽ നിന്നും നല്ല ഭംഗിയുള്ള കുറേ കക്കകൾ ഒരു പ്ലാസ്റ്റിക് ബാഗിൽ ശേഖരിച്ചു. അവയെല്ലാം കട്ടിലിനടുത്ത് തറയിൽ ഭദ്രമായി വെച്ചു. രാത്രി ബാഗൊരുക്കലും മറ്റുമായി ക്ഷീണിച്ച് വൈകിയാണ് കിടന്നത്.

ഉറക്കത്തിൽ എന്തോ ശബ്ദം കേട്ട് ജോൺ ഞെട്ടിയുണർന്നു. തറയിൽ മണികിലുക്കം പോലെ ചിലെ... ചിലെന്ന്... തുടർച്ചയാ ശബ്ദങ്ങൾ, കാതോർക്കവെ അത് കൂടി കൂടി വന്നു. ജിന്നി (പ്രേത) കഥകളുടെ ഒരു അക്ഷയ ഖനിയാണ് മാലിദ്വീപ്. കൂരിരുട്ടിൽ ശബ്ദങ്ങൾ കേട്ട് പേടിച്ച് വിറച്ച ജോൺ നിലവിളിച്ച് കൊണ്ട് ഓടിയത് ബാത്ത് റൂമുള്ളിടത്തേക്കാണ്. അതിന്റെ വാതിലിൽ ഇടിച്ച് വീണ ജോൺ തപ്പി പിടിച്ച് എഴുന്നേറ്റ് ഒരുവിധം ബാത്ത്റൂമിലെ ലൈറ്റിട്ടു. അതിന്റെ വെളിച്ചത്തിൽ കണ്ട കാഴ്ച ജോണിന് വിശ്വസിക്കാനായില്ല. നാട്ടിൽ കൊണ്ടുപോകാൻ വെച്ച പത്തമ്പത് കക്ക തോടിനുള്ളിലൊളിച്ചിരുന്ന സന്യാസി ഞണ്ടുകൾ റൂമിലെ ടൈൽസ് തറയിൽ കട്ടിയേറിയ കാല് ഉരസി ഉരസി നടക്കുന്ന ശബ്ദമാണത്. ജീവൻ തിരിച്ച് കിട്ടിയ ജോൺ റൂമിലെ ലൈറ്റിട്ട് എല്ലാം തൂത്തുവാരി വെളിയിലേക്കടിച്ചു കളഞ്ഞു.

ഇനി എപ്പോഴായിരിക്കും ടെസ്റ്റിനായി അവർ വരിക, പറഞ്ഞത നുസരിച്ച് ഇന്ന് വരേണ്ടതാണ്. വരും വരുമായിരിക്കും, പക്ഷേ ഇന്നും ആരോഗ്യവകുപ്പിൽ നിന്നാരും വിളിച്ചില്ല. ഇന്നത്തെ സമയവും കഴിഞ്ഞു. ഇനി നാളെ വരെ കാത്തിരുന്നേ പറ്റൂ.

വൈകുന്നേരം നാലുമണിക്കും അന്തരീക്ഷം മൂടി കിടക്കുന്നു. ആകാശമാകെ മഴമേഘങ്ങൾ. ചൂടും കുറവ്. കാറ്റ് കുറഞ്ഞിട്ടുണ്ട്. ഒരു പേമാരിയുടെ ലക്ഷണങ്ങൾ കാണാനുണ്ട്. നാലരയ്ക്ക് മഴ തുള്ളിയിട്ടു തുടങ്ങി. കുറച്ചൊന്നു കൂടി പിന്നെ അങ്ങനെ തന്നെ തുടർന്നു. മൺപാത നനയാൻ മാത്രമുള്ള മഴ.

ഒന്നാംതീയ്യതി ഫ്ലൈറ്റ് എന്നാണ് വിജിത്ത് പറഞ്ഞത്. സമയം ഓർമ്മയില്ല. അയാളോടു ശുഭയാത്ര പറയേണ്ടിയിരിക്കുന്നു. ഉടൻ ഫോണെടുത്ത് വിളിച്ചു.

മറുപടിയില്ല. പക്ഷേ വാട്ട്സാപ്പിൽ ഓൺലൈൻ കാണിക്കുന്നുണ്ട്. വിളിക്ക് മറുപടി ഇല്ലാതായപ്പോൾ ഒരു സന്ദേശമയച്ചു.

"വിജിത്ത് എവിടെയാണ്, പോയോ"

"ഹലോ ഷാനു സാർ ഞാൻ എയർപോർട്ടിലാണ്."

" വിജിത്ത് മാലിയിലാണോ"

"സാർ ഫ്ലൈറ്റ് ഇപ്പോ ലാൻഡ് ചെയ്തിട്ടേഉള്ളൂ. ഞാൻ തിരുവനന്ത പുരത്തെത്തി"

“അപ്പോ മാലിയിൽ നിന്നോ”

“ 5.40 pm”

“വിജിത്ത് എല്ലാം ഉഷാറാകട്ടെ, ഹാപ്പി മാരീഡ് ലൈഫ് ആന്റ് ഹാപ്പി ക്വാറന്റൈൻ”

“ഓകെ സാർ”

ക്വാറന്റൈൻ കഴിഞ്ഞ് സെപ്റ്റംബർ 20 ന് വിജിത്തിന് കല്യാണം.

ത്തുങ്ങി ത്തുങ്ങി നിന്ന മഴ ഏഴേകാലോടെ വീണ്ടും പെയ്തു. ഇത്തവണ കുറച്ച് ശക്തിയായി തന്നെ. ഭൂമി ഒട്ടും പാഴാക്കാതെ അത് മൊത്തി കുടിച്ചു കൊണ്ടേയിരുന്നു. വെറും ഇരുപത് മിനുട്ടിൽ അത് നിന്നു. വെളിയിലെ കാലാവസ്ഥ എന്തെന്ന് നോക്കാൻ വെളിയിലിറങ്ങി. ആകാശത്ത് ഇന്നലെ പൊൻ വെട്ടതിരയുഴിഞ്ഞ പൂർണ്ണചന്ദ്രന്റെ ഒരു തുണ്ടു പോലും വെളിവായിട്ടില്ല. ആകാശത്ത് ഉടനീളം മഴ മേഘങ്ങൾ പരന്ന് കിടക്കുന്നു. ഒരു കാര്യം ഉറപ്പായി, ഇന്ന് രാത്രി വീണ്ടും മഴ പെയ്യും. തിരുവോണത്തിന് ചന്ദ്രികാ വസന്തം മൂന്നോണത്തിന് മഴക്കോളും മനുഷ്യനേക്കാൾ പെട്ടെന്ന് മാറുന്ന പ്രകൃതി.

ഏകാന്ത വീട്ടുതടങ്കലിൽ നിന്ന് മോചിതനാകണമെങ്കിൽ നാളെയെ ങ്കിലും എന്തെങ്കിലും സംഭവിച്ചേ മതിയാകൂ. എന്റെ എല്ലാ കാര്യത്തിനും ഉത്തരവാദിത്വമുള്ള സ്കൂൾ പ്രിൻസിപ്പാളിന്. നാളെ എങ്ങനെയാണ് കാര്യങ്ങൾ എന്ന് ചോദിച്ച് കൊണ്ട് ഒരു വൈബർ മെസ്സേജ് അയച്ചു. രാത്രി ഒൻപത് ആയിട്ടില്ല, ഭക്ഷണത്തിന് മുൻപ് കുറച്ച് കിടക്കാമെ ന്നോർത്ത് വെറുത കിടന്നതും മഴ കൊണ്ടു വന്ന തണുപ്പിൽ ഉറങ്ങി പ്പോയി. ഉറക്കത്തിൽ നിന്ന് ഉണർന്ന് ആദ്യം തലയിണ പരതി. ഒട്ടും നനഞ്ഞിട്ടില്ല ഇന്നലെയാണെങ്കിൽ ഫാൻ സ്പീഡിൽ കറങ്ങിയിട്ടും തലയിണ നനഞ്ഞ് കുതിർന്നിട്ടുണ്ടായിരുന്നു.

സമയം രാത്രി പന്ത്രണ്ട് കഴിഞ്ഞിരിക്കുന്നു. പുറത്ത് നിറുത്താതെ പെയ്യുന്ന പെരുമഴ. ഒന്നും ചെയ്യാനില്ല. ബാക്കി വന്ന അവലോസ് പൊടിയെടുത്ത് ചൂടുകട്ടനൊപ്പം അകത്താക്കി. മഴ പാറൽ ജനാല ഗ്ലാസ്സിൻമേൽ വീണ് അതൊരു ഫ്രോസ്റ്റ് ഗ്ലാസ്സ് മാതിരി കാണാം. എതിർവശത്തെ പാതയോരത്ത് വൈദ്യുത വിളക്കുകാലിൽ മുനിഞ്ഞു കത്തുന്ന വിളക്കിൻ വെളിച്ചത്തിൽ മഴവെള്ളത്തുള്ളികൾ കാറ്റത്ത് മുന്നോട്ടായുന്ന അലകളായി ഭൂമിയെ കുളിപ്പിക്കുന്നുണ്ട്. മൺപാതയിൽ ഒഴുകി ഒലിക്കുന്ന വെള്ളം ഒരു ചെറു അരുവിയായി കിഴക്കോട്ടൊഴുകി കൊണ്ടേയിരുന്നു, അതിന്റെ കൈ വഴി കടലിലെത്തും വരെ.

മഴയുടെ ശക്തി ഒന്നു കുറഞ്ഞപ്പോൾ രാത്രി കുടിക്കാനുള്ള

വെള്ളമെടുക്കാൻ പ്ലാസ്റ്റിക് ബോട്ടിലുമായി ഇറയത്തുകൂടെ നടന്ന് അധികം നനയാതെ ടാങ്കിനടുത്തേക്ക് നടന്നു. ബോട്ടിൽ വാട്ടർട്ടാങ്കിന്റെ ടാപ്പിനടിയിൽ വെച്ച് അത് നിറയാൻ ഇറയത്ത് കാത്ത് നിന്നു. പുറത്തെ ട്യൂബ് ലൈറ്റിന്റെ വെളിച്ചത്തിൽ ഞാനാ കാഴ്ചകണ്ട് തെല്ല് സങ്കടത്തോടെ അത്ഭുതം കൂറി നിന്നു. ഒരു വലിയ സന്യാസി ഞണ്ട് എന്റെ ചായ കപ്പുമണിഞ്ഞ് അടുത്ത തെങ്ങിൻ ചുവട്ടിലേക്ക് മന്ദം മന്ദം നടന്നു പോകുന്നു. ഒരു വ്യത്യാസം മാത്രം, അതിന്റെ പിടി പൊട്ടി പോയിരിക്കുന്നു. എന്നാലും എന്റെ ഞണ്ടേ നീ എന്റെ ചായ കപ്പ് അടിച്ചോണ്ടു പോയല്ലോ.

# നോവുകൾ നിനവുകൾ @14-16

മഴ നനഞ്ഞ് ഈറനണിഞ്ഞ് നില്ക്കുന്ന ഭൂമി, തൊടിയിലെ ഞൊട്ടാനൊടിയനും ക്രോട്ടൻ ചെടിയും പിൻവശത്തെ കാശിത്തുമ്പയും നാലുമണിപ്പൂവുമെല്ലാം ഒരു മധുരാലസ്യത്തിലാണ്. കാറ്റിന് ഇന്നലെത്തേക്കാൾ കുളിർമയുണ്ട് സൂര്യൻ മുന്നോട്ടുള്ള യാത്ര തുടങ്ങിയിട്ട ഉള്ളൂ കുറേ മേഘങ്ങളുമുണ്ട്. നല്ല സുഖശീതളമായ കാലാവസ്ഥയിൽ കുറച്ചധികം ഉറങ്ങിപ്പോയതിൽ തെറ്റില്ല. ചൂടുകട്ടൻ ഗ്ലാസ്സിലേക്ക് പകർന്ന് അത് നോക്കി വേറെ എന്തൊക്കെയോ ചിന്തിച്ചിരിക്കുമ്പോഴാണ് ഫോൺ ശബ്ദിച്ചത്. ഞാൻ പ്രതീക്ഷിച്ച വിളി തന്നെ

"ഹലോ സാർ വീ വിൽ ബീ ദേർ ടു ടേക്ക് യുവർ സാമ്പിൾ എറ്റ് 8.00 am"

"ഓ... ഷുവർ" എന്ന് ഞാൻ സന്തോഷത്തോടെ മറുപടിയും പറഞ്ഞു.

മുഖം വൃത്തിയാക്കാനും കുളിക്കാനുമൊന്നും നേരമില്ല. കട്ടൻ കുടിച്ച് ഡ്രസ്സ് ചെയ്ത് ഇരുന്നു.

കൃത്യം എട്ട് മണിക്ക് ഒരാംബുലൻസ് മുറ്റത്ത് വന്ന് നിന്നു. ഒരു മലയാളി നേഴ്സ് അടക്കം മൂന്നുപേർ ഫുൾ പി.പി.ഇ. കിറ്റണിഞ്ഞ് ഡോറിനടുത്തേക്ക് വന്നു. വീടിന്റെ പടിക്കലേക്ക് ഒരു ചെയറിട്ടിരിക്കാൻ അവരെന്നോട് ആവശ്യപ്പെട്ടു. ഒരു ടിഷ്യൂ പേപ്പർ തന്ന് മൂക്കിനകം തുടക്കാൻ ആവശ്യപ്പെട്ടു. ഒരു കവറിൽ നിന്ന് നന്നായി വളയുന്ന ഒരു ബഡ് പോലുള്ള സാധനം അവർ മൂക്കിലൂടെ കുറച്ച് ഉള്ളിലേക്ക് തിരിച്ച് കയറ്റി പുറത്തേക്കെടുത്ത് ഒരു നീളൻ ട്യൂബിൽ സീൽ ചെയ്തു. സ്പാറ്റുല വെച്ച് നാക്ക് വെളിയിലേക്കമർത്തി കുറച്ച് കൂടി തടിച്ച നീളമുള്ള ഒരു ബഡ് വായിലൂടെ തൊണ്ട കുഴിയിലേക്കിക്കി ഒന്നു തോണ്ടി. അതും ഒരു ട്യൂബിലിട്ടടച്ചു. വേസ്റ്റ് കവറിൽ ബഡുകളുടെ കവറും ടിഷ്യൂവും നിക്ഷേപിച്ച്

സാമ്പിളെടുക്കൽ പൂർത്തിയാക്കി.

"യുർ ടെസ്റ്റ് റിസൾട്ട് വിൽ ബി റെഡി ടു ഡേ ആഫ്റ്റർ നൂൺ ഓർ ടുമോറോ"

അതും പറഞ്ഞ് അവർ ആംബുലൻസിൽ തിരിച്ചു പോയി.

രാവിലെ നൂഡിൽസ് കഴിക്കുന്നത് അത്ര പന്തിയല്ല പക്ഷേ വേറെ വഴിയില്ല. ഇന്നലത്തെ ചോറ് അടുപ്പത്ത് വച്ച് നന്നായി തിളച്ചിട്ടുണ്ട്. ചോറ് കലം തുണി കൂട്ടിപ്പിടിച്ച് ഊറ്റാൻ മുറ്റത്തേക്കിറങ്ങി. കൊട്ടത്തളത്തിന്റെ പൈപ്പ് തുറക്കുന്നത് സന്യാസി ഞണ്ട് കൂട് കൂട്ടിയ കുഴിയിലേക്കാണ്. അതിനെ ബുദ്ധിമുട്ടിക്കണ്ട എന്ന് കരുതി കൊട്ടത്തളത്തിന്റെ വള്ളിൽ കൊള്ളിച്ച് വെള്ളം പുറത്തേക്ക് ഊറ്റിക്കളയാമെന്നു കരുതി. കുറച്ച് ഉയരമുള്ള വള്ളിൽ വെച്ച് ചരിച്ചതും കുറച്ച് തിളച്ചവെള്ളം വയറ്റിലേക്ക് തെറിച്ചു വീണു. പാത്രംവിട്ടാൽ ഉച്ചപട്ടിണി, വയറ്റിലെ പുകച്ചിലും നീറ്റലും വെള്ളം വാരുന്നത് വരെ സഹിച്ചു. നല്ല തണുത്ത വെള്ളം കൊണ്ട് കുറേനേരം തടവി പിന്നെ കുറച്ച് വെളിച്ചെണ്ണ അവിടെ പുരട്ടി സംഭവം അവിടെ വിട്ടു.

ഈ പൊള്ളലിനിടയിലും സന്യാസി ഞണ്ടിന്റെ മൺമേടയിൽ കണ്ട കാഴ്ച എന്നെ ആശ്ചര്യപ്പെടുത്തി. ഇന്നലെ വൈകുന്നേരം വരെ ഞാനവിടെ കണ്ടത് സന്യാസി ഞണ്ടിനെയായിരുന്നു. ഇന്ന് ആ കുഴിക്ക് പുറത്ത് കണ്ട കാലുകൾക്ക് ഒരു നിറ വ്യത്യാസം. ഞണ്ടറിയാതെ കുറച്ച് ദൂരെ മറഞ്ഞ് നിന്ന് വശത്തുകൂടെ ഞാൻ ഉള്ളി നോക്കിയപ്പോൾ കണ്ടത്. കടും ബ്രൗൺ നിറത്തിലുള്ള ചതുരാകൃതിയിലുള്ള തോടും ഓറഞ്ച് നിറമുള്ള കാലുകളും. അതെ, അത് കരയിൽ കുഴിയെടുത്ത് താമസിക്കുന്ന കര ഞണ്ടാണ്. ആകെ ഒരാശയക്കുഴപ്പം, ഞാൻ മുന്നേ കണ്ടത് സന്യാസി ഞണ്ടല്ലേ? എന്താണ് ഇവിടെ സംഭവിച്ചത്.

ഇനിയെങ്ങാനും സന്യാസി ഞണ്ടുമായി ഇണ ചേരാൻ വന്ന ലിവിംഗ് ഇൻ റിലേഷൻഷിപ്പിലുള്ള ഒരു സുഹൃത്താണോ? സാധ്യമായ ജീവശാസ്ത്ര അറിവുകൾ പറയുന്നത് രണ്ട് വ്യത്യസ്ത സ്പീഷീസുകൾ തമ്മിൽ ഇണ ചേരൽ വളരെ ദുർലഭമാണ്. മാത്രമല്ല ഞണ്ടുകളുടെ പ്രത്യുൽപാദന സമയത്ത് അവ കടൽക്കര പോലെ നല്ല നീർവാർച്ചയുള്ള സ്ഥലങ്ങളിൽ പോയി പെൺ ഞണ്ടുകൾ ഉദരത്തിൽ പേറിയ പാകമായ മുട്ടകൾ വെള്ളത്തിൽ നിക്ഷേപിക്കും. പിന്നാലെ ആൺ ഞണ്ടുകൾ അവിടെ ആൺ ബീജങ്ങളെ ചുരത്തും. അങ്ങനെയിരിക്കെ ഇവിടെ കൊട്ടത്തളത്തിനടിയിലെ മണ്ണിൽ കഴുകുന്ന വെള്ളത്തിന്റെ ഈർപ്പം നന്നായുണ്ടാകും. പക്ഷേ ഒരു മുറ തെറ്റിയ പ്രത്യുൽപാദനം സാധ്യമോ, സിംഹവും

കടുവയുമൊക്കെ ചിലപ്പോൾ അങ്ങനെ ചെയ്യുമെന്ന് വായിച്ചിട്ടുണ്ട്. ആ... എന്തുമാകട്ടെ ഞാനതവിടെ വിട്ടു ഞാനായിട്ട് അവർക്ക് പ്രശ്നങ്ങൾ ഉണ്ടാക്കുന്നില്ല. മൺകുഴിയിൽ ഇപ്പോൾ ആ വലിയ കരഞ്ഞണ്ടിനെ മാത്രമേ കാണുന്നുള്ളൂ. നിഷ്കാസിതനായ സന്യാസി ഞണ്ട് പുതിയ ഒരു രാജ്യം തേടി അലയുന്നുണ്ടാകാം.

ഇന്ന് ഉച്ചയ്ക്കുള്ളിൽ വളരെ കുറച്ച് സമയം മാത്രമേ സൂര്യൻ ആകാശത്ത് മുഖം കാണിച്ചിട്ടുള്ളൂ. കാറ്റുണ്ടെങ്കിലും അന്തരീക്ഷം മേഘപ ടലത്തിനാൽ മൂടപ്പെട്ടു കിടക്കുന്നു. സപുഷ്പികളായ സകല തരുക്കളിലും പരാഗണം നടന്ന് ഫലമേറി വരുന്ന പ്രകൃതിയിലെ രതിവസന്തത്തിന്റെ ഈ സമയത്തും മുറ്റത്തെ നൊട്ടാനൊടിയൻ ഒരു പൂവു പോലും മുളപൊട്ടാതെ ഏതെങ്കിലുമൊരു ആൺ പൂവിന്റെ പരാഗരേണുവിനെ പൂവിൻ ഉൾതടങ്ങളിൽ ആവാഹിക്കാനാവാതെ നിർബന്ധിത ബ്രഹ്മചര്യത്തെ വരിച്ചങ്ങനെ നിന്നാടുകയാണ്.

പതിനാറ് ദിവസത്തിലിന്നാദ്യമായി മറുപടിയില്ലാത്ത ഒരു കുയിൽ പാട്ട് കേട്ടു. ഏകാന്തതയുടെ തടവുകാരനാകുമോ അവനും. കാഴ്ചകളുടെ ഏകതാനത ഏകാന്തതയ്ക്ക് ആക്കം കൂട്ടുന്ന പോലെ. വീശിയടിക്കുന്ന കാറ്റത്ത് കാക്ക വളരെ ചാഞ്ഞും ചരിഞ്ഞുമാണ് പറക്കുന്നത്. നല്ല മഴപ്പാടിലും രണ്ട് മൂന്ന് മണിക്കൂർ കൂടുമ്പോൾ അഞ്ചോ പത്തോ മിനിറ്റ് ഒരു ചെറു മഴ. കാലാവസ്ഥയുടെ ഒരു മട്ട് കണ്ടിട്ട് അടുത്ത ദ്വീപുകളിലോ കേരളത്തിലോ നല്ല മഴയ്ക്ക് കോളുണ്ട്.

എന്റെ ക്വാറന്റൈൻ സമയം കഴിയുന്നത് കൊണ്ടോ എന്തോ എതിർ വീട്ടിലെ സ്ത്രീയും കൂട്ടുകാരികളും ഇരിക്കാനുള്ള ജോലി അവരുടെ ഇറയത്ത് വലിച്ചിട്ട് മുന്നിലെ സ്റ്റൂളുകളിൽ വെച്ച പാത്രത്തിലെ മാവെടുത്ത് അതിനകത്ത് മസാല വെച്ച് ഉണ്ടയാക്കുന്നുണ്ട്. അത് (ഗുള)പൊരിച്ച് ചായക്കടിയായി കഴിക്കും. അത് പോലെ 'ബജിയ' (നമ്മുടെ സമോസ), ബിസ്കീമിയ അങ്ങനെ പലവിധ ലഘുകടികൾ ഇവർ ഉണ്ടാക്കാറുണ്ട്.. മാലിദ്വീപിലെ തനതു വിഭവമാണ് ബംപ്കിയോ ഫ്രൈ. സാധനം വേറൊന്നുമല്ല നല്ല മൂപ്പെത്തിയ കടച്ചക്ക (ചെറുതായി മധുരമുള്ളത്) തൊലി ചെത്തി വറുത്ത കായക്ക് അരിയുന്നത് പോലെ അരിഞ്ഞ് എണ്ണയിൽ വറുത്ത് ടിന്നിലാക്കി വെച്ച് ഒരുപാട് നാൾ കഴിക്കും. സംഭവം നല്ല രുചിയാണ്.

നാളെ വ്യാഴാഴ്ച ഓൺലൈൻ ക്ലാസുകൾ മാത്രമേ ഉള്ളൂ. നാള ത്തേക്കുള്ള ക്ലാസിന്റെ ഓൺലൈൻ ഷീറ്റുകൾ ഗൂഗിൾ ക്ലാസ്സ് റൂം വഴി വിദ്യാർത്ഥികൾക്ക് ഷെയർ ചെയ്യാനുള്ള പരിപാടിയിൽ കുറേ സമയമങ്ങ് പോയി. നാളെ റിസൽട്ട് വന്നതിന് ശേഷം എന്തായാലും

വെളിയിലൊന്നിറങ്ങണം. ദ്വീപ് ജെട്ടിയിൽ പോയി ഇളം നീലയും പച്ചയും കലർന്ന സ്ഫടികം പോലുള്ള വെള്ളത്തിൽ നീന്തി തുടിക്കുന്ന തത്ത മൽസ്യങ്ങളും പാര മൽസ്യങ്ങളും മുറം പോലുള്ള തിരണ്ടി മൽസ്യങ്ങളേയും കാണാൻ വല്ലാത്ത ഒരു ആഗ്രഹം.

നല്ല കുരുമുളകിട്ട ഉരുളകിഴങ്ങ് ബാജിക്കറിക്ക് ഗോതമ്പ് ദോശ ഉണ്ടാക്കാനുള്ള തയ്യാറെടുപ്പ് നടന്നുകൊണ്ടിരിക്കെ അടുക്കള ജനാലയിലൂടെ എതിർ വീട്ടിലെ മതിലിനടുത്തായി ഒരു നീലനിറമുള്ള PCX ഹോണ്ട സ്കൂട്ടർ വന്നു നിന്നു. എന്നെ സംബന്ധിക്കുന്നതായി തോന്നാത്തത് കൊണ്ട് അത് ഗൗനിച്ചുമില്ല. അടുക്കളയിൽ മേശപ്പുറത്ത് വച്ച ഫോണിൽ ഏതോ നോട്ടിഫിക്കേഷൻ വന്ന് സ്ക്രീൻ ഓണായി. സമയം 9.10 pm എന്ന് കാണിക്കുന്നുണ്ട്. ഒരു മിനിട്ടിനുള്ളിൽ വേറൊരു സ്കൂട്ടർ കൂടി ആ വഴിയരികിൽ വന്ന് നിന്നു. അല്പസമയത്തിനകം വാതിൽക്കൽ ഒരു മുട്ട് കേട്ടു. ഗോതമ്പ് മാവ് അവിടെ വച്ച് ഞാൻ ഉടനെ റൂമിൽ നിന്ന് ഒരു ടീഷർട്ട് എടുത്തിട്ട് വാതിൽ തുറന്നു.

വാതിൽക്കലേക്ക് പരന്ന ട്യൂബ്ലൈറ്റ് വെളിച്ചത്തിൽ ആ രണ്ട് പേരെ ഞാൻ തിരിച്ചറിഞ്ഞു. ദ്വീപ് കൗൺസിലിലെ സെക്രട്ടറിയും, മറ്റത് ഒരു ആരോഗ്യ പ്രവർത്തകനും ആണ്.

“സർ വീ കം ടു ഇൻഫോം യു ദാറ്റ് യുർ ടെസ്റ്റ് ഈ നെഗറ്റീവ് ആന്റ് യു ആർ ഫ്രീ ടു മൂവ് ഔട്ട് ബട്ട് വെയർ എ മാസ്ക്”

“വീ ഇൻ ഇൻഫോംഡ് യുർ പ്രിൻസിപ്പൽ ആൾസോ”

ടെസ്റ്റ് ഫലം ഇതല്ലാതെ വേറൊന്നാകാൻ തരമില്ല എന്നറിയുന്ന ഞാൻ അവരുടെ അറിയിപ്പിൽ അതിശയപ്പെട്ടില്ല.

“താങ്ക് യു ഫോർ മെസ്സേജ്” എന്ന് പറഞ്ഞ് വാതിലടച്ച് തിരിച്ച് അടുക്കളയിലേക്ക് നടക്കുമ്പോൾ ഇളം ചൂടുള്ള ഒരാശ്വാസം മനസ്സിന്, നാളെ എനിക്ക് എന്റെ പ്രധാന വാതിൽ തുറന്ന് കഴിഞ്ഞ പതിനാറ് ദിവസം ജനലിലൂടെ മാത്രം കണ്ട പ്രകൃതിയെ ചുറ്റി നടന്ന് കാണാം.

കുറച്ച് കഴിഞ്ഞ് ദ്വീപ് ഉച്ചഭാഷിണിയിൽ ഒരറിയിപ്പ് “ക്വാറന്റൈനിൽ കഴിഞ്ഞിരുന്ന അദ്ധ്യാപകന്റെ ക്വാറന്റൈൻ ഇന്നോടെ കഴിഞ്ഞിരിക്കുന്നു എന്ന് ഇതിനാൽ അറിയിക്കുന്നു”. ദിവേഹിയിലുള്ള ആ അറിയിപ്പ് എന്നെ കുറിച്ചാണ്.

നീണ്ട ആറുമാസത്തിന് ശേഷം സ്കൂളിന്റെ പടി ചവിട്ടാം ഒരു ദ്വീപിൽ ചെയ്യാവുന്ന ചെറിയ വലിയ കാര്യങ്ങളോർത്ത് രാത്രി ഭക്ഷണം പൂർത്തിയാക്കി. ഫോണിൽ ഭാര്യക്ക്, റിസൾട്ട് വന്നു പ്രശ്നമില്ല നാളെ മോചിതനാകും എന്ന് മെസ്സേജ് ചെയ്ത് മറുപടിക്ക് കാക്കാതെ, നല്ല

സ്വപ്നങ്ങൾ കാണമാറാകട്ടെ ദൈവമേ എന്ന് മനസ്സിൽ ധ്യാനിച്ച്കൊണ്ട് സ്വസ്ഥമായി നേരത്തേ കയറി കിടന്നുറങ്ങി.

രാത്രിയുടെ ഏതോ യാമത്തിൽ കാലിലെന്തോ അരിക്കുന്ന പോലെ. ആരോ കണംകാലിലുഴിയുന്ന പോലെ. ഉപബോധ മനസ്സിന്റെ ചെറിയ ഒരു അപായ സൂചനയാകാം ഉറക്കത്തിൽ കാലൊന്നു കുടഞ്ഞു. ബോധമണ്ഡലം പതുക്കെ സജീവമായിക്കൊണ്ടിരുന്നു. സംഭവിക്കുന്നത് സ്വപ്നമല്ല എന്ന് മനസ്സ് സാക്ഷ്യപ്പെടുത്തുന്നു. ഉണരൂ... ഉണരൂ എന്ന് ആരോ പറയും പോലെ. ഏതാനും സെക്കന്റുകൾക്കകം ഉറക്കം വിട്ട് ഞാൻ കണ്ണുമിഴിച്ചു. ബെഡ്റൂമിന്റെ വാതിലിതടുത്ത് നിന്ന് ചെവി തുളയ്ക്കുന്ന മാതിരി കീ... കീ... എന്ന് ശബ്ദം കേട്ടു. ആരെയൊക്കെയോ ശപിച്ച് കൊണ്ട് പെട്ടെന്ന് എഴുന്നേറ്റ് ലൈറ്റിട്ടു.

ആ കാഴ്ച കണ്ട് ഞാൻ ചെറുതായി ഒന്നു പകച്ചു പോയി. സാമാന്യം വലിപ്പമുള്ള ഒരു ചുണ്ടെലി വാതിലനടിയിലെ വിടവിനടിയിലൂടെ പുറത്ത് കടക്കാൻ വ്യഥാ ശ്രമം നടത്തിക്കൊണ്ടിരിക്കുന്നു. ഉടനേ കാല് തടവിക്കൊണ്ട് ഞാൻ കസേര വലിച്ചിട്ടിരുന്ന് കാല്പാദവും കണങ്കാലും പരിശോധിച്ചു ചോരയൊന്നും പൊടിഞ്ഞിട്ടില്ല. എങ്കിലും മനസ്സിൽ ബേജാറ്. മാലിദ്വീപിലെ ദ്വീപുകളിലൊന്നിലും എലിപനിക്കെതിരെയുള്ള പ്രതിമരുന്നുകളൊന്നും ഉണ്ടാവാൻ വഴിയില്ല. അലമാരയിലെ ഉപയോഗമില്ലാത്ത അലൂമിനിയം പൈപ്പ് തറയിൽ കിടക്കുന്നത് കണ്ടു. ജീവഹാനിക്കുതന്നെ കാരണമാകാവുന്ന ഈ മൂഷികനെ ഉടൻ തന്നെ മനസ്സ് ശത്രുസ്ഥാനത്ത് പ്രതിഷ്ഠിച്ചു കഴിഞ്ഞിരുന്നു. കസേരയിൽ നിന്നെഴുന്നേറ്റ് പൈപ്പ് കയ്യിലെടുത്ത് ഞാൻ മൂഷികനെ വകവരുത്താനായി വാതിലിനടുത്തേക്കാടി, പക്ഷേ അടി കിട്ടുന്നതിന് മുൻപ് അത് പെട്ടികട്ടിലിന്റെ വിടവിലേക്ക് നുഴഞ്ഞു കയറി.

ഇവനെ തുരത്താതെ ഇനി ഉറങ്ങാൻ സാധിക്കില്ല. കഷ്ടപ്പെട്ട് കട്ടിയേറിയ കിടക്ക വലിച്ച് പുറത്തിട്ട് പൈപ്പ് വച്ച് കട്ടിലിനടിയിൽ എലിയെ ലക്ഷ്യംവെച്ച് കുത്തിയതും ആശാൻ ഓടി അലമാരയുടെ അടിയിലേക്ക് കയറി. കുറച്ച് നേരത്തെ ടോം ആന്റ് ജെറി കളിക്കൊടുവിൽ അലമാരയുടെ മൂലയ്ക്ക് വച്ച് കുത്തിയ കുത്ത് അവനേറ്റു. രണ്ടടി കൂടി കിട്ടിയപ്പോഴേക്കും അവൻ മൃതപ്രായനായിരുന്നു. ഒരു വേസ്റ്റ് കവറിനാൽ വാലിൽ പിടിച്ച് അടുക്കള വാതിൽ തുറന്ന് അതിനെ പുറത്തേക്കിട്ട് തിരിച്ച് നടക്കുമ്പോൾ കിതയ്പ്പണഞ്ഞില്ലെങ്കിലും തെല്ലൊരാശ്വാസം തോന്നി.

'നീചൻ'... ഘാതകൻ, എവിടെ നിന്നാണ് ആ ശബ്ദം മേൽക്കൂരയിലേക്കും ജനാല പുറത്തേക്കും നോക്കി ആരുമില്ല.

നിങ്ങളാണോ അനുകമ്പ, സഹജീവി സഹാനുഭൂതി എന്നിവയുടെ മൊത്തവ്യാപാരി? പരിഹാസ ദ്യോതകമായ അശരീരി തുടർന്നു.

നിങ്ങളാണോ ടാങ്കോയോടും ആ ആദിവാസി യുവാവിനോടും സമൂഹം കാണിച്ച ക്രൂരതയെ കട്ടയ്ക്ക് എതിർത്തവൻ?

അതേ ഞാൻ തന്നെ, അനുകമ്പയും സഹാൽഭൂതിയുമെല്ലാം എന്നിലെ സഹജമായ വികാരങ്ങളാണ്.

ഓഹോ... അപ്പോൾ പിന്നെ താരതമ്യേന നിരുപദ്രവകാരിയായ ആ മൂഷികനെ നിങ്ങൾ മർദ്ദിച്ച് കൊലപ്പെടുത്തിയതെന്തിനാണ്. കൂടിയ പക്ഷം ഒരു കഷ്ണം തേങ്ങ അല്ലെങ്കിൽ ഒരു പച്ചക്കറി അതല്ലേ അവൻ കരണ്ടിട്ടുണ്ടാവുക?

അല്ല ആ എലിയുടെ വിസർജ്യത്താൽ മലിനപ്പെട്ട പാത്രമോ തുണികളോ അല്ലെങ്കിൽ മറ്റെന്തെങ്കിലും പ്രതലവുമായി ഞാൻ സമ്പർക്കപ്പെട്ടാൽ അബദ്ധവശാൽ രോഗാണു എന്റെ ശരീരത്തിൽ പ്രവേശിച്ചാൽ പിന്നെ ഞാനെന്തു ചെയ്യും? അതുമല്ലെങ്കിൽ എന്റെ സർട്ടിഫിക്കറ്റുകളോ വില കൂടിയ വസ്ത്രമോ വസ്തുക്കളോ അത് കരണ്ട് തിന്നാൽ ഞാനെന്ത് ചെയ്യും?

അതായത് താങ്കൾ പറഞ്ഞ് വരുന്നത്, സ്വത്തിനോ സ്വജീവന്റേയോ ഹാനിക്ക് ഹേതുവാകുന്ന എന്തിനേയും ഇല്ലായ്മ ചെയ്യുക എന്നല്ലേ?

അതെ തീർച്ചയായും അങ്ങനെ തന്നെ.

എത്ര സ്വാർത്ഥനാണ് നിങ്ങൾ, സ്വം എന്ന വട്ടത്തിന് വെളിയിലുള്ളത് മുഴുവൻ പ്രകടനങ്ങൾ മാത്രമല്ലേ, ഈ കരുണ, അനുകമ്പ, സഹാനുഭൂതി എന്നിവയൊക്കെ അതല്ലേ സത്യം?

ഏത് രീതിയിൽ വായിച്ചാലും കുഴപ്പമില്ല. എന്നെ ഞാൻ കരുതിയില്ലെങ്കിൽ പിന്നാര് കരുതും. എന്റെ കുടുംബത്തിന്റെ ഏക അത്താണി ഞാനാണ്.

അകാലത്തിൽ ഗൃഹനാഥൻ അപായപ്പെട്ടുപോയ അനേകം കുടുംബങ്ങൾ ജീവിതം മുന്നോട്ട് തുഴയുന്നില്ലേ?

ശരിയായിരിക്കാം ഞാൻ ഗാന്ധിജിയോ, ബുദ്ധനോ അല്ല വെറും സാധാരണ മനുഷ്യനാണ്. എനിക്ക് ശരിയെന്നു തോന്നുന്നത് ഞാൻ ചെയ്തു അത്ര തന്നെ.

അതെ താങ്കളുടെ ശരി താങ്കളുടേത് മാത്രമാണ്. അത് മറ്റുള്ളവരുടെ ശരിയായിക്കൊള്ളണമെന്നില്ല. അതായത് ശരിയും തെറ്റും ആപേക്ഷികമാണ്.

എന്റെ ഗ്രന്ഥകാരാ നിങ്ങളെ സമ്മതിച്ചിരിക്കുന്ന ഭയങ്കര ഇരട്ടതാപ്പ്, ഒരിടത്ത് സഹജീവി സഹാനുഭൂതി, മറുവശത്ത് സഹജീവി നിഗ്രഹം. കൊള്ളാം... കൊള്ളാം.

എവിടെ നിന്നാണ് ആ ഭാഷണങ്ങൾ ഉരുവായത്, ആരാണ് എന്നോട് സംസാരിച്ചത്. അതോ ഇനി അത് എന്റെ മനസ്സ് തന്നെയോ?

തണുപ്പുണ്ടെങ്കിലും നെറ്റിയിൽ വിയർപ്പ് പൊടിഞ്ഞു തുടങ്ങി, മനസ്സിന് വല്ലാത്ത ഒരു ഭാരം പോലെ. തീൻ മേശയിലിരുന്ന കുപ്പിയിലെ വെള്ളം എടുത്ത് കുടിച്ച് റൂമിലേക്ക് നടന്നു. കൈകൾ സോപ്പിട്ട് കഴുകി മുറിഞ്ഞു പോയ ഉറക്കത്തെ തിരിച്ച് പിടിക്കാൻ കിടക്കയിലേക്ക് ചരിഞ്ഞു. അപ്പോഴും ആ എലിയുടെ ചൂര് മുറിയിൽ തങ്ങി നിൽക്കുന്നുണ്ടായിരുന്നു. തിരിഞ്ഞും മറിഞ്ഞും കിടക്കുന്നതിനിടയിൽ എപ്പോഴോ ഉറങ്ങിപ്പോയി

ഇടയ്ക്കിടെ പെയ്ത രാത്രിമഴയിൽ നനഞ്ഞ ഭൂമിയും ചാരമേഘങ്ങൾ മൂടിയ ആകാശവും എന്നെ തുറന്ന പ്രഭാതത്തിലേക്ക് വരവേറ്റു. 'ഹേ മനുഷ്യാ വെളിയിൽ വരൂ... ഇന്നത്തെ പ്രഭാതം നിന്റേതാണ്" എന്ന് പ്രഖ്യാപിക്കും പോലെ'. പക്ഷേ തോടിലൊളിച്ച സന്യാസി ഞണ്ടിനെപ്പോലെ കുറച്ച് നാളായുള്ള ഒറ്റമുറി ഏകാന്തവാസം പെട്ടെന്ന് കുടഞ്ഞെറിഞ്ഞ് വെളിയിലിറങ്ങി. സ്വാതന്ത്ര്യം പ്രഖ്യാപിക്കാനോ മറ്റുള്ളവരെ അഭിമുഖീകരിക്കാനോ മനസ്സിന് ചെറിയ ഒരു വൈമുഖ്യം. കൂടാതെ നല്ലൊരു പ്രഭാതത്തിന് മുൻപ് ആ എലിയോട് ചെയ്തുപോയ അപരാധം വല്ലാത്തൊരു നീറ്റലായി മനസ്സിനെ അലട്ടുന്നു.

രാവിലെ ചായ കുടിക്ക് ശേഷം ക്ഷൗരം ചെയ്ത് മാസ്കണിഞ്ഞ് രണ്ട് വലിയ പ്ലാസ്റ്റിക് ബാഗുകളിൽ കഴിഞ്ഞ കുറച്ചു നാളത്തെ പ്ലാസ്റ്റിക് മാലിന്യങ്ങളും, കാലിയായ പന്ത്രണ്ട് കുടിവെള്ള കുപ്പികളും അതിന്റെ പ്ലാസ്റ്റിക് കെയ്സും അങ്ങനെ കൈനിറയെ പ്ലാസ്റ്റിക് മാലിന്യങ്ങളുമായി അധികം ആളുകൾ വഴി നടക്കാത്ത ദ്വീപിലെ കുപ്പ കുനയിലേക്കുള്ള വഴിയിൽ ഞാൻ നടന്നു, എല്ലാം ശുഭമാകട്ടെ എന്ന് മനസ്സിൽ ആവർത്തിച്ച് മന്ത്രിച്ച് കൊണ്ട്. ഇവിടുത്തെ ഗവൺമെന്റിന്റെ അഹ്വാനം പോലെ 'ബാക്ക് റ്റു എ ന്യൂ നോർമൽ'. വേറൊരർത്ഥത്തിൽ പറഞ്ഞാൽ കോവിഡുമൊത്തൊരു സഹജീവനത്തിന് തയ്യാറായികൊണ്ട്.

●